பெருமூச்சு

கலைஞர் மு. கருணாநிதி

Title: Perumoochu

Author: M. Kaunanidhi

Language: Tamil

First Published on: 1948

Year of Publication: 2024

Book Format: Paperback

*Page Size: 6inch * 9inch*

Category: Political

Subject: Political Essays

No. of pages: 66

ISBN: 978-81-990343-8-9

Published by: Nilan Publishers, Madurai, Tamilnadu, India

பொருளடக்கம்

குறிப்புகளுக்காக

மூச்சினிடையே!

★

பெருமூச்சு! வெற்றிப் பெருமூச்சு, வேதனைப் பெருமூச்சு,பொறுமைப் பெருமூச்சு, ஏளனப் பெருமூச்சு எனப் பெருமூச்சுகள் எத்தனையோ வகையானவை.

பெருமூச்சு ! திராவிட முன்னேற்றக் கழகத்தவர் இன்று தம் தொண்டு, இலட்சியத்திற்கான உழைப்பு ஈடேறியுள்ளதைக் கண்டு, உவகையால் வெற்றிப் பெருமூச்சு விடுகிறர்கள்!

திராவிடத்தின் எதிரிகள் பொறுமைப் பெருமூச்சு விடுகிறார்கள்.

தேர்தல் வியாபாரிகள் 'ஐயோ, நமக்குப் பயன்படவில்லையே, இவர்கள் என்று வேதனைப் பெருமூச்சு விடுகிறர்கள்.

"நம்மால் ஆகாத, ஆக்கமுடியாத காரியத்தை யெல்லாம், இந்தச் சிறுவர்கள் (!) செய்து முடிக்கிறார்களே!' என்றும் சிலர் ஏளனப் பெருமூச்சு விடுகிறர்கள் !

பெருமூச்சு! பலப்பல வகைகளிலே திராவிட முன்னேற்றக் கழகத்தின் மாபெரும் வளர்ச்சியைக் கண்டு, குறிப்பாக, சென்ற கிழமை, சென்னையிலே, இரண்டு இலட்சத்திற்கும் மேற்பட்டவர் கூடி நடத்திய மாநில மாநாடு நடைபெற்றதன் எதிரொலி !

பெருமூச்சு! வெற்றிப் பெருமூச்சு ! வீரர் கோட்டத்தின் பெருமூச்சு! திராவிடத்தின் வாழ்வில், உயர்வில் உயிரைப் பணயமாக வைத்துள்ள இளை ஞரின், இலட்சிய இதயம் படைத்த சிறுவர்களின்(!) வெற்றிப் பெருமூச்சு !

பெருமூச்சு! இளைஞர், கலைஞர் கருணாநிதியின் பெருமூச்சைப் படைக்கும் பணியில் ஈடுபட்டதற்கு, அதற்கு வாய்ப்பளித்த கலைஞர் கருணாநிதிக்கு என்றும் கடமைப்பட்டுள்ளோம்.

மாயூரம்,
14-1-1952

வணக்கம்,
P. S. இளங்கோ

பெருமூச்சு

பாடுபட்டு பாதாளம் தோண்டிப் பசும்பொன் எடுத்தவனின் முகத்திலே கிளம்பும் ஜோதி, தங்கத்திலே கிளம்புவதைவிட மாற்றில் அதிகம்தான்.

மூச்சடக்கி முத்தெடுத்தவனின் விழிகளிலே அரும்புகின்ற களிப்பு முத்தின் ஒளியைவிட தரத்தில் உயர்ந்ததுதான்.

கூரிய முட்காட்டில் நடந்து சென்று கீறிடும் முட்களுக்கிடையே உள்ள ரோஜா மலரைப் பறித்திட்ட பாவையின் நெஞ்சிலே தவழும் குளிர்ச்சி, மலரின் குளிர்ச்சியை விட உயர்ந்ததுதான். மாதக் கணக்கிலே பாடுபட்டு, நாட்கணக்கிலே எதிர்பார்த்து, மாற்றாரின் கிண்டல் கேலிகளை எதிர்த்து நின்று, 'மாநாடாமே' என்று இழித்துக் காட்டி, இடர் மொழி கூறியவரை அலட்சியப்படுத்தி - சீறிவந்த சிரமங்களைத் தாண்டி, எப்படி நடத்தப்போகிறோம் என்ற அச்சம் ஆட்டிப் படைக்க, நல்ல முறையில் நடக்குமா என்ற சந்தேகம் உள்ளத்தைக் கிள்ள, கண்ணியத்தை மட்டும் கேடய மாகக்கொண்டு, கட்டுப்பாடு, கழக லட்சியங்களை ஆயுதங்களாக ஏந்தி மகத்தான மாநில மாநாட்டை நடத்திக் காட்டிய மாவீரர்கள் ஆழ்ந்த ஆனால் ஆனந்த மான பெருமூச்சு விட்டுக் கம்பீரமாகத் தலை நிமிர்ந்து நிற்கிறார்கள்.

அவர்களுக்கெல்லாம் நம்முடைய வாழ்த்தைக் காணிக்கையாக்குகிறோம்.

வீரர்கள் விடும் பெருமூச்சிலே எத்தனை எத்தனைக் கருத்துக்கள் துள்ளி விளையாடுகின்றன. எத்தனை இன்ப கீதங்கள் பொழிகின்றன. எத்தனை எத்தனை எழுச்சி நடனங்கள் முரசு கொட்டுகின்றன.

தென்னாட்டு அரசியல் சரித்திரத்திலேயே இதுவரை கண்டிராத அளவுக்கு, வெற்றி வீரர்களின் பவனி, அறுநூறுக்கு

மேற்பட்ட கிளைக்கழகங்களின் கொடிகள் ஆலவட்டங்களெனச் சுழன்று பறந்திட, அசைந்து வரும் அலங்கார யானை திராவிட முன்னேற்றக் கழகத்தின் கொடியைச் சுமந்துகொண்டு முன்னே செல்ல, குதிரைகளிலே கொள்கை வீரர்கள் கண்காணிப்பு நடத்த, தம்பிமார் படை, சூழ்ந்துவர, மாவட்ட வாரியாகக் கிளைக் கழகத் தோழர்கள் அணிவகுத்து நடக்க, மாலைகள் மலர்களெனப் பொழியப்பட, வழியெங்கும் கரங்கூப்பி வாழ்த்துக் கூறிடும் மக்கள் வரிசை வரிசையாக நின்றிட, பூரிப்புமோத, புன்னகை தவழ்ந்திட ஐந்து மைல் தூரம், இரண்டு மைல் நீளம் உள்ள ஊர் வலமாக நடைபெற்றிருக்கிறது. அதை பெருமையோடு கூறிக்கொள்கிறது அந்தப் பெருமூச்சு!

அறிவுப் பிரச்சாரத்திற்கு, இயக்கம் கண்டுபிடித்துள்ள புதிய முறையாம் ஓவியக் கண்காட்சி ஒரு பர்லாங் நீளத்திற்கு அமையப்பெற்று-சமூக பொருளாதார அரசியல் விஞ்ஞான தத்துவங்களை அள்ளியள்ளி வீசி ஆயிரமாயிரம் கருத்துக் குவியல்களை எடுத்து நீட்டி ஆக்க வேலைக்கோர் எடுத்துக் காட்டாக எழுந்து நின்றதை முழக்குகிறது, அந்தப் பெருமூச்சு!

நான்கு நாட்கள் மாநாடு! இரவு பகல்; நாடகம் - பேச்சு-இரண்டு இலட்சத்திற்கு மேற்பட்ட மக்கள் வசதிக் குறைவு -இடக் குறைவு -இத்தனை இடையூறுகளுக்கிடையே ஆர்வமிழக்காத காளையர், அவர்களை யெல்லாம் வரவேற்று, திறமையுடனாற்றிய பணிகள், இவைகளை யெல்லாம் விளங்க வைக்கிறது அந்தப் பெரு மூச்சு! முன்னணி வீரர்கள், சேர, சோழ, பாண்டிய வீரர்களை நினைவுறுத்தும் தோரணையில் போர்ப்பரணி பாடிட, அதைக் கேட்டிருந்த இருலட்சத்தார் இன உணர்ச்சி வெள்ளத்தில் இரண்டறக் கலந்துவிட, அந்தக் காணமுடியாத காட்சியைக் கவிதையாக்கி விடுகிறது அந்தப் பெருமூச்சு!

"கண்ணீர்த் துளிகளே! நாட்டின் கண்மணிகளே!' என்று விம்மும் குரலில் தழுதழுத்த வார்த்தைகளை வீரர் அண்ணா வீசியபோது, மேடையிலிருந்த தம்பி மார்கள் கலங்கினர். பந்தலில் இருந்தோர் மெய் சிலிர்த்தனர்.

அந்தக் காட்சியைக் காவியமாக்கித் தருகிறது அந்தப் பெருமூச்சு!

கண்டவர்கள் பெருமூச்சு விடுகிறார்கள். காணாத வர்கள் கண்டவர் சொல்லக் கேட்டுப் பெருமூச்சு விடுகிறார்கள்.

தென்னாட்டு அரசியல் சரித்திரம் காணாத, மகத்தான சாதனை மாநாடு! பல நாளைய உழைப்பின் பலன், மாநாடு!

பாடுபட்டவர்க்குக் கிடைத்த பரிசு மாநாடு!

அதனால்தான், மாநாட்டை நடத்தியவர்கள் மாநாட்டைக் கண்டவர்- ஆனந்தப் பெருமூச்சு விடு கிறார்கள். அந்தப் பெருமூச்சு - அடுத்துவரும் உணர்ச்சி மூச்சுக்களுக்கு அடிப்பீடமாக அமையட்டும்! அந்த மூச்சு - சோகத்தின் விளைவல்ல! பொறுமையின் நிழலல்ல! பூரிப்பின் முழக்கம்! எடுத்த காரியத்தை முடித்தோம் என்ற எக்களிப்பின் அடையாளம்; எடுக்க வேண்டிய காரியங்கள் பல உள்ளன என்பதை ஒலித்துக்காட்டும் பேரிகை!

மாளிகை அமைத்திட வாரீர்!

திராவிட முன்னேற்றக் கழகத்தின் இலட்சிய கீதமான, "திராவிடநாடு திராவிடருக்கே!" என்ற முழக்கம் சென்னை மாநில மாநாட்டிலே இரண்டு லட்சம் மக்களின் எழுச்சிக் குரலாக அமைந்திருந்தது.

மாநாட்டின் நான்காம் நாள் நிறைவேறிய தீர்மானங்கள் அத்தனைக்கும் சிகரம் வைத்தாற்போல அமைந்தது அந்த இலட்சியத் தீர்மானம்.

மாநாட்டிலே, கழகத்தின் முன்னணி வீரர்கள், தீர்மானங்கள் என்னும் திருவிளக்கேந்தி, தெளிவற்று இருண்டிருந்த பிரச்சினைகள் பலவற்றை, நாட்டினர் முன்னே எடுத்து வைத்து விளக்கவுரையாற்றி யிருக்கி றார்கள். அந்தத் தீர்மானங்களிலே திராவிட முன்னேற்றம் கழகத்தின் அரசியல், பொருளாதார, சமுதாயக் கண்ணோட்டங்களைச் சிறந்த முறையில் உணர முடிகிறது.

நாடாள வந்தவரின் நாச விளையாட்டுகளைக் கண்டிக்கும் முறையில் தீர்மானங்கள்.

ஏழை பங்காளர், கோல் பிடித்த பிறகு, நூல் பற்றாக்குறையால் பிணமான ஏழைகளின் நிலையை விளக்கி, கைத்தறிப் பிரச்சினையிலே கவனம் செலுத்த வேண்டிய முறையை சுட்டிக் காட்டிடும் தீர்மானங்கள்.

தொழில்களைப் பணத் தொந்திகளே தொடர்ந்து நடத்தாமல், தேசீய மயமாக்கும் திட்டங்களை, வற்புறுத்தி, வகைகள் தெரிவித்து, வழி காட்டிடும் தீர்மானங்கள்.

விவசாய முன்னேற்றம், விவசாயிகளின் நல் வாழ்வு பற்றிய அக்கரையைத் தெரிவித்து, அதற் காவன செய்யும்படி அரசியலாரைத் தூண்டிவிடும் தீர்மானங்கள்.

சித்தூரும், நாஞ்சிலும் சேர்ந்திருக்க வேண்டியது செந்தமிழ் நாட்டோடுதான் என்பதை எடுத்துரைத்து, ஆந்திரர் தமிழர் பேதத்தை வீணாகச் சிருஷ்டிக்கும் வீணர்களுக்கு விவேக போதனை செய்து, தமிழர் - ஆந்திரர் கசப்பு வளர்ந்தால் வடநாட்டார் வேட்டை அதிகமாகும் என்பதை உணர்த்திக் காட்டி, நேர்மையான முறையில் ஏற்படும் மொழிவழி அமைப்புக்களை உடனடியாக ஏற்படுத்தும் கிளர்ச்சிக்கு ஆதரவளித்து, அதற்கெனத் தீர்மானங்கள்.

இரயில்வே பிரச்சினையை ஆராய்ந்து, இலங்கைப் பிரச்சினையை விவரித்து, இதற்கான வழிதுறை தேடிடும் தீர்மானங்கள்.

நிறவெறித் திட்டத்தைக் கண்டித்து, அதற்கு ஆக்கமளிக்கும் காமன் வெல்த்திலிருந்து இந்தியாவை வெளியேறச் சொல்லி வலியுறுத்தியும், மலேயாவில் நிரபராதிகளான திராவிடருக்கு ஏற்படும் கொடுமைகளைக் கண்டித்தும்,தென்ஆப்பிரிக்கா பிரச்னையில் நம் கொள்கையை எடுத்துக் காட்டியும், வெளிநாட்டுக் கொள்கையில் இந்தியா, நடுநிலைமை என்ற போர்வையில்-நேர்மை தவறிடும் ஆதிக்க வரிசையை ஆதரித்து நின்றிடும் போக் கைக் கண்டித்தும் தீர்மானங்கள்.

இத்தனை தீர்மானங்களும் நிறைவேற்றப்பட, கேட்டுக் கொள்ளப் பட்டு, வலியுறுத்தப்பட்டு என்கிற நிலைமைகளே ஏற்படாமல் இருக்கத்தான், நாமே நம் பிரச்சினைகளைத் தீர்த்துக் கொள்ளத்தான், டில்லியின் பிடியிலே அகப்பட்டு, டில்லி அனுஷ்டிக்கும் வெளிநாட்டுக் கொள்கைக்குத் தலையாட்டி, டில்லி செய்யும் தீர்மானங்களுக்குத் தலை குனிந்து, பொட்டுப் பூச்சிகளாய் வாழாமல் இருக்கத்தான் திராவிட நாட்டைத் தனி நாடாக்க வேண்டும் என்ற தீர்மானத்தை வலியுறுத்தியதோடு அதற்கான எல்லாவித நடவடிக்கைகளையும் ஏற்ற வகையில் எடுத்துக் கொள்ள வேண்டுமென்று மாநாடு சங்கநாதம் செய்தது!

'திராவிட நாடு' நம் உயிர்ப் பிரச்னை; உயிர்போகிற நேரத்திலே கூட ஒரு முறை உறக்கக் கூவிட வேண்டிய தக்க சொல்! 'தாரக மந்திரம்', திராவிட நாடு!

அந்த இன்ப இலட்சியத்திற்காகத்தான் நம்மவரில் பலரது வாழ்வு நசுங்கிப் போயிற்று!

உடையார் பாளையம் வேலாயுதம் பிணமாகத் தொங்கியதும், தாலமுத்தும் நடராசனும் கல்லறைகளாக மாறியதும் அந்தச் சுந்தரச் சொல்லுக்காகத்தான்! வாழ்வைக் கருக்கிக் கொண்டோர், வாழ்வை அணைத் துக் கொண்டோர் எல்லோருமே திராவிடம் என்ற தேன் சுவையில் துன்பம் மறந்தனர்!

அழகிரி மாண்டான்! அப்போதும் திராவிடம் என்ற இன்பக் குழந்தையை வளர்க்க நாம் வாழ்ந் தோம்!

செல்வம் மறைந்தான்! அப்போதும் திராவிடப் பூங்காவின் காவலாளிகள் நாம் என்று எண்ணிக் கண்ணீர் துடைத்துக் கொண்டோம்!

நாகைமணி, மாயவரம் நடராசன், நாகம்மையார், தியாகராசர், பனகல், நாயர் எத்தனையோ தங்கங்கள் நம்மைத் தவிக்க விட்டு மறைந்தன. அப்போதும் 'திராவிடம்' என்ற வைரம் நம்மைக் குளிர வைத்தது!

பெரியார் கொள்கை தவறினார்! அப்போதும் 'திராவிடம்' என்ற நிலவை நினைத்து - நெஞ்சில் இன்பம் சேர்த்தோம்! அத்தகைய திராவிடம், அனல் பொழியினும் அஞ்சிடாது பெறுவோம் என்று ஆண்மை கொழித்திடும் ஆற்றல் மறவர்களின் போர்க் கீதமாக இருக்கும் திராவிடம். மலை வந்தெதிர்த்த போதும் நிலை குலையோம் "மாங்குயில் கூவிடும் பூஞ்சோலை நம்மை மாட்ட நினைக்கும் சிறைச்சாலை" என்று வீரம் பாடி சோகம் துரத்தி வேகம் தளராது விடுதலைக் கொடி பிடிக்கத் துடிக்கும் மாவீரர்களின் மனதிற் குடியேறிய திராவிடம், தேர்தல் நடனம் புரிய

அழைக்கும் திருக்கூட்டத்தினரின் தித்திப்புச் சொற்களால் தேய்ந்து விடக் கூடியதல்ல !

மாளிகைக்காரர் உருட்டி விடும் பணக் குண்டுகளால் மாய்ந்து விடக் கூடியதல்ல! திராவிடத்தை ஒப்புக்கொள்கிறாயா என்று கேட்பது, ஒப்பந்தப் பிச்சை என்று கோணல் மொழி பேசி, கொள்கையை விலை கூறி "பார் பார் பட்டணம் பார்!" என்று அரசியல் விளம்பரச் சூதாட்டமாடுபவர்களின் தந்திர மொழிகளால் தவிடு பொடியாகிவிடக் கூடியதல்ல! திராவிடம்! தணலில் போட்டால் மாற்று உயரும் தங்கம்! உடைக்க உடைக்க ஒளியேறும் வைரம்! தங்கத்தை இழக்க மாட் டான் தன் மதிப்புள்ள திராவிடன்! அதுவும்- பித்தளை யோடு பண்ட மாற்று செய்து !

வைரத்தை கொடுக்க மாட்டான் வீரத்திராவிடன்! அதுவும், கூழாங்கல்லை பதிலுக்குப் பெற்றுக் கொண்டு! அதுதான் திராவிட முன்னேற்றக் கழகத்தின் உருவான மாற்றமில்லாத மாணிக்கக் கொள்கை! அதற் கான எல்லா நடவடிக்கைகளையும் ஏற்ற வகையில் எடுத்துக் கொள்ள வேண்டும் என்ற வாசகத்தை மனதிலே பதிய வைத்துக்கொள்ள வேண்டும், திராவிட சமுதாயம் பொதுச் செயலாளர் கூறியது போல ஐம்பத்தி நாலாம் ஆண்டு வாக்கெடுப்பு நடத்துவோம். அறுபதிலே திராவிடத்தில் வாழ ஆவன செய்திடுவோம்.

அதற்கான அடிப்படை வேலைகளை இப்போதே தொடங்குவோம். தேர்தல் தெம்மாங்கு மட்டுமல்ல, இப்போது முக்கியம்! அபேட்சர்கள் ஊர்வலம் மட்டுமல்ல இப்போது அவசியம்! தேர்தல், மழையிலே பிடித்துக் கொள்ளும் குடை ! குடையைப் பிடித்துக் கொண்டு, போக வேண்டிய இடத்தை மறந்து விடக்கூடாது!

மழையிலே நின்றால் கொள்கைத் தவறுதல் என் னும் குளிர் காய்ச்சல் வரும்! பதவித் தலைவலி உண்டாகும்! பிறகு சுயநல ஜன்னி பிறந்து விடும் ! குடையும் பிடித்துக் கொள்வோம்!

மழையையும் தடுப்போம்! செல்ல வேண்டிய இடத்துக்கும் செல்வோம்!

தேர்தலில் நம் ஆதரவைத் தருவோம்! காங்கிரசை ஒழிப்போம்! அதோடு திராவிட நாட்டுப் பிரச்சினையையும் மறக்காமல் நடப்போம்! இந்த எண்ணத்தின் எதிரொலிதான் மாநில மாநாட்டிலே இரண்டு லட்ச மக்களின் இதயத்தைத் தொட்டது! எழுச்சி முரசும் ஆர்த்தது. எலும்புகளைக் கற்களாக ஈந்து, நரம்புகளைக் கயிறுகளாகத் தந்து, மண்டையோடுகள் கூரையாக, மாமிசமும் இரத்தமும் சேறாகக் கலக்கப்பட்டு-மாளிகை அமைப்போம்!

அதுதான் மாவீரர் கட்டிடும் மாளிகை! மாற்றான் அஞ்சும் மாளிகை! மார்வாரி ஆதிக்க மற்ற மாளிகை வெளி நாட்டு வெறியற்ற மாளிகை! சமரச மாளிகை! சமதர்ம மாளிகை! பொது உடமை மாளிகை! புதிய மாளிகை! திராவிட நாடெனும் மாளிகை! அந்த மாளிகை அமைத்திட வாரீர்! மாவீரரே ஒன்று சேரீர்!

மந்திரிகள் குலை நடுக்கம்

ஸ்ரீவில்லி புத்தூர் தொகுதியிலே சென்னை மாகாண முதலமைச்சர் அசெம்பிளிக்கும், விருதுநகரின் விசித்திர மனிதர் காமராசர் பார்லிமெண்ட்டுக்கும் காங்கிரஸ் அபேட்சககர்களாக நிற்கும் தொகுதியிலே காங்கிரஸ்காரர் ஒரு மாநாடு கூட்டினார்கள். இதற்கு மந்திரி மார்கள் வந்து பேசுவதென்று ஏற்பாடு செய்யப்பட்டு, அமைச்சர் பரமேசுவரன் உட்பட, குமாரசாமி ராஜா, பெருமாள்சாமி ரெட்டியார் போன்ற அமைச்சர்கள் அங்குச் சென்றிருந்தனர்.

ஆனால் மாநாடு கூட்டியவர்கள் கலைவாணர் நகைச்சுவை மன்னர் என். எஸ். கிருஷ்ணன் அவர்களின் நான் கண்ட ரஷ்யா, என்னும் வில்லுப் பாட்டைக் கேட்டு மகிழந்து அறிவைப் பெருகிக்கொள்ள விழைந்து அவரையும் மாநாட்டுக்கு அழைத்திருந்தனர். கலைவாணர் என். எஸ். கிருஷ்ணன் தம் குழுவினருடன் மாநாட்டிற்கு வந்து தம் வில்லுப் பாட்டைத் துவக்கி விட்டார் என்பதை அறிந்தவுடன், அமைச்சர்கள் எவரிடமும் சொல்லிக் கொள்ளாமல் மாநாட்டிலும் கலந்து கொள்ளாமல் நழுவி விட்டனர் என்று ஒரு செய்தி கிடைத்திருக்கிறது. இச்செய்தி உண்மையாயின், இதை விட மானங்கெட்ட செயல் வேறு எதுவும் இருக்க முடியாது. கலைவாணர் என். எஸ். கிருஷ்ணன் தாம் ரஷியா சென்று நேரிற்கண்டவைகளை வில்லுப் பாட் டாக அமைத்து அழகாகப் பாடி வருகின்றார். அவ் வில்லுப் பாட்டின் மூலம், ரஷியர்கள் தங்கள் நாட்டை எவ்வண்ணம் நடத்துகின்றனர்? ரஷ்யா இன்று எத்தகைய உன்னத நிலையை அடைந்திருக்கிறது என்பதை நம் மக்கள் அறிந்து கொள்ள முடிகிறது.

இதைக் கண்டு, காங்கிரஸ் மந்திரிகள் காற்றினும் கடுகி ஓட்டம் பிடிப்பதென்றால், இதனை என்னென்பது? ஏன் இந்த மந்திரிகள் ஓட்டம் பிடிக்க வேண்டும்? ரஷ்யாவிலே

ஒழுங்காக மழை பொழிவதில்லை. எனவே, அவர்கள் மழையை மதிக்காமல் தங்களுக்கு வேண்டிய உணவுப் பொருள்களை விளைவிக்கும் வித்தையைக் கண்டு பிடித்து வைத்துக் கொண்டிருக்கின்றனர்! அதனால் அவர்கள் பஞ்சங் கண்டு அஞ்சுவதில்லை. அந்த நாட்டில் எவ்வளவு கொடுமையான போர் நெருக்கடி காலத்திலும் உணவு நெருக்கடி தோன்றவில்லை. மேலும் அங்கே மக்கள் வாழ்க்கை வளம் நிறைந்ததாக ஆக்கப் பட்டிருக்கிறது. வாழ்க்கை துன்பம் என்பது அங்கு மருந்துக்கும் கிடையாது. இதனால் அங்குத் திருட்டு, சூது, வஞ்சகம், கொலை போன்ற குற்றங்கள் நடை பெறுவது அரிது. மக்கள் எத்தேவையுமற்ற வகையில் எல்லா வசதிகளும் உடையவர்களாக வாழ்வதால் அங்கு அரசாங்கத்துக்கு எதிர்ப்புமில்லை. மக்களிடை எரியுணர்ச்சியுமில்லை. அமைதியும் சாந்தமும் மகிழ்ச்சியும் பெருகிய மக்கள் வாழ்வு அங்கு நடைபெறுகிறது என்பதைக் கலைவாணர் தம் வில்லுப்பாட்டின் மூலம் விளக்குகின்றார்.

இந்த உண்மைகளை மக்கள் உணர்ந்துவிட்டால் காங்கிரஸ் ஆட்சியின் நேர்மைக் குறைவு, திறமையின்மை, நாணயக்குறைவு, சுயநலப் போக்கு முதலிய சீர்கேடுகளின் காரணத்தை மக்கள் தெரிந்துகொள்வார்களென்றும், நாட்டில் பஞ்சம் நிலவியிருப்பதும் இலஞ்ச ஊழல் பெருகிக் கிடப்பதும் கள்ளச் சந்தை சர்வ வியாபியாகி விட்டிருப்பதும் காங்கிரசுக்காரர்களின் சுய நலத்தால் விளையும் கேடுதான் என்பதை மக்கள் அறிந்து கொள் வார்கள் என்றும் அதன்மீது, தாங்கள் பேசினால் மக்கள் எதிர்த்துக் கேள்விகள் கேட்க நேரிட்டால் தங்களிடம் தக்க பதிலின்மையால் திண்டாடித் திணற நேரிடுமென் றும் நன்கு அறிந்துதான் இந்த மந்திரிகள் அந்த மாநாட் டில் கலந்துகொள்ளாமல் ஓட்டம் பிடித்திருக்க வேண்டும்.

மக்கள் மன்றத்தின் முன் நின்று, மக்களின் கேள்விகளுக்குத் திருப்திகரமான பதில் கூறி, அவர்களைச் சமாதானப் படுத்துவதென்பது காங்கிரஸ் ஆட்சியாளர்களைப் பொறுத்த மட்டில் இயலாக் காரியமாகையால், நேர்மையைக் கண்டு

அவர்கள் அஞ்சியோடாமல் பின் என்ன செய்வர்? நேர்மையாக, நாணயமாகக் கொள்கையின் மீது தேர்தலில் நின்று வெற்றிபெறுவதென்பது காங்கிரஸ் அகராதியில் கிடையாது. ஏதாவது ஒரு சூழ்ச்சி செய்து, வடநாட்டிலிருந்து எவரை யாவது இங்கு இறக்குமதி செய்து கண்காட்சியாகச் சுற்றி இழுத்துவந்து, மற்றும் பலபலத் தந்திரங்களைச் செய்து, அதிகாரத்தைப் பயன் படுத்தி, போலீசைத் துணையாகக் கொண்டு இவ்வாறெல்லாம் வெற்றிபெற்று விட முடியுமாகையால், மக்கள் மன்றத்தின் முன் நிற்க வேண்டிய தேவையில்லை யென்றும் எங்காவது கள்ளச் சந்தையினர், பர்மிட்தாரர்கள், லைசென்ஸ்காரர்கள் காண்ட்ராக்டர்கள் ஆகியோரின் கூட்டங்களைக் கூட்டி அவற்றை மக்கள் மன்றமெனக்காட்டி ஜனநாயகம் பேசுவர்களை ஏய்த்து விடலாமென்றும் நெஞ்சுறுதி பூண்டிருக்கும் காங்கிரஸ் ஆட்சியாளர்கள் உண்மை யைக் கண்டு ஓட்டம் பிடிக்காமல் வேறென்ன செய்வார்கள்!

அந்தோ! இப்படிப் பட்ட காங்கிரசுக்காரர்களே மீண்டும் ஆட்சிக்கு வந்தால் நாட்டின் கதி என்னாகும்! எனவே மக்கள் இவற்றையெல்லாம் கருத்தில் கொண்டு, காங்கிரசுக்காரருக்கு ஓட்டளிக்காமல் எதிர்த்து நிற்பவர்களுள்ளும் ஒரே ஒருவரைத் தேர்ந்தெடுத்து வெற்றி பெறச் செய்வார்களாக...

வாபஸ் வீரர்கள்!

வீராதி வீரர்கள் விரண்டோடினர். நாட்டை யாளும் அமைச்சர் நாலுகால் பாய்ச்சலில் ஓடினர்.

சுட்டு விரல் அசைந்தால் சுட்டுத் தள்ளும் ராணுவப் படை கொண்டவர்கள் ஓடினார்கள்.

ரதகஜதுரக பதாதிகள் படைத்தவர்கள் பதறி ஓடினார்கள். யாரைக்கண்டு?

எதிரி நாட்டுப் படை வீரர்களைக் கண்டா?

பிரிட்டனின் போர் முரசு கேட்டா?

அமெரிக்கரின் அணிவகுப்பைப் பார்த்தா?

ரஷ்யப் பட்டாளம் வருவதாகச் செவியுற்றா?

இல்லை.... இல்லை ஒரு கோமாளியைக் கண்டு ஓட்டமெடுத்தார்கள்;

(மன்னிக்கவும்... கோமாளி என்பது கலைவாணர் கிருஷ்ணனுக்குக் காமராசர் அளித்த வசவுப் பதக்கம்.)

ஸ்ரீ வில்லி புத்தூரிலே மந்திரிகள் கலந்து கொள் ளும் மகாநாடு!

ஆமாம் புண்ய பூமியிலே பிறந்து அன்னை பாரத மாதாவின் அருள் பெற்று அந்தராத்மா தந்த வரத்தின் மகிமையால் நினைத்ததைச் சாதிக்கும் வல்லமை பெற்று (நினைத்ததை சாதிக்கும் வல்லமை யென்பது பிள்ளை வியாபாரம் நடத்தச் சொன்னது-பிணமலை குவித்தது) மந்திரி பீடத்திலே அமர்ந்திருக்கும் மந்திரிமார் மகா பெரிய மகான்கள் ரஷ்யா சென்று வந்த பாவியின் முகத்தைப் பார்ப்பது கூட தோஷம்

என்று கருதி பின்னங்கால் பிடரியில் இடிபட பாய்ச்சல் நடத்தி யிருக்கிறார்கள்.

கோலோச்சிடும் கோமான்கள் கோமாளியின் குரலுக்கு நடுங்கி யிருக்கிறார்கள். ஸ்ரீ வில்லிபுத்தூர், காமராசர் போட்டியிடும் தொகுதி!

அந்த இடத்திலே தாழ்த்தப் பட்டவர்கள் மகாநாடு நடத்திட விரும்பியிருக்கிறார்கள். தாழ்த்தப்பட்டவர் களுக்காக உழைப்பதாகத் தலை வெடிக்க அலறியவர்கள், தர்பார் சூரர்களை அவமானப் படுத்திவிட்டு ஓடியிருக்கிறார்கள். ரஷ்யாவைப் பார்த்துவிட்டு வந்தவர் - ரஷ்யாவில் குலுங்கும் இன்பங்களைத் தாழ்த்தப் பட்டவரிடம் எடுத்துக் கூறினால் அத்தனை தாழ்த்தப் பட்டவர் களும் உடனே, அங்குள்ள பஞ்ச! மந்திரிகளைப் பார்த்து, “பாராள வந்தவரே! கேளுமய்யா ரஷ்யாவின் குதூகலத்தை !” என்று உரக்கக் கூவினால், என்ன செய்வது என்று பயந்து கொண்டுதான் ஓடியிருக்கிறார்கள்.

சுற்றிலும் ராணுவம் -கையிலே ஆட்சிக் கோல்.... சுழலும் துப்பாக்கி - இத்தனைச் சாதனங்களும் அமைந்த நாட்டின் அரசர் (குமாரசாமி ராஜா) நகைச் சுவையரசுக்குப் பயந்து ஒளிந்திருக்கிறார்!

இந்த பயம் வாழ்க! இந்த 'ஓட்டம்' யுத்த பாஷைப்படி வெற்றிகரமான வாபசாயிருக்கலாம்.

இந்த 'வாபஸ்' வாழ்க!

பொது மக்களுக்குத் தனி எச்சரிக்கை

திராவிட முன்னேற்றக் கழக மாநில மாநாட்டில் தேர்தலில் யாரை ஆதரிப்பது என்ற நமது முடிவை அறிவித்த பிறகு கம்யூனிஸ்ட் ஏடான 'ஜன சக்தி' அந்தத் தீர்மானம் மிக மிக ஏமாற்றத்தை அளிப்பதாகவும் காமராஜர்களும் சாமியப்பாக்களும் வெற்றி பெறச் செய்ய உதவுமென்றும் குறிப்பிட்டிருக்கிறது.

உண்மையில் சாமியப்பா வெற்றி பெற வேண்டு மென்று அதிகார பூர்வமாக உழைப்பவர்களிடம் கை குலுக்குகின்ற கம்யூனிஸ்டுகள் நம்மைப் பற்றி அபாண்டத்தைச் சுமத்துவது ஏனோ தெரியவில்லை!

நம் கழகத்தை 'உதிரிகள்' என்று கூறியவர்களி டம் சேர்ந்துகொண்டு, வெட்கத்தை விற்றுவிட்டு வாழ்வதற்கு நாம் ஒப்பவில்லை யென்றால் நாம் எதிரிகளின் வெற்றிக்கு ஆதரவு தருகிறோம் என்று கூறுவது மிக மிகத் தவறான பிரச்சாரமாகும்.

நம்முடைய நேசக்கரம் நீட்டப்பட்ட நேரத்திலே அதைத் தட்டிவிடும் முறையில் நம் அடிப்படைப் பிரச்சினையை அவமதித்துவிட்டு "தேர்தலுக்கு மட்டும் வா" என்று அழைத்துவிட்டு, இப்போது "தேர்தல் தேனைப் பருக அல்ல" என்று குறிப்பிடுவதும் கம்யூனிஸ்ட் ஆட்சி அமைக்க அழைக்கவில்லை என்று சுட்டிக்காட்டுவதும் புரியாத புதிர்களாகவே இருக்கின்றன.

சாமியப்பா, தஞ்சை மாவட்டத்திலே கம்யூனிஸ்ட்டுகளுக்கு அழிவுதேடும் வேலையிலே அக்கரை எடுத்துக் கொண்டார். அவரை வெற்றி பெறும்படி விடுவது மகா கொடுமை என்றெல்லாம் மேடை அதிரப் பேசிவிட்டு, ஏடுகளிலே எழுத்தோவியங்களைத் தீட்டிவிட்டு, அவரை ஆதரித்து

நிற்பவர்களின் கூட்டுறவிலே நிற்கும் செயலுக்கு என்ன பெயர் என்றே நமக்குப் புரியவில்லை.

ஒரு பக்கம் முதலாளி வீட்டு விருந்து, மறு பக்கம் தொழிலாளர் துயர் துடைக்கும் பிரசங்கம்!

கம்யூனிஸ்டுகளின் வீரத்திற்கு - கொள்கைக்கு வேறுபட்ட செயலாயிற்றே இது!

இத்தகைய அவலட்சணமான ஐக்கிய முன்னணிக்கா நாங்கள் அழைத்தோம்!

எங்கள் கூட்டுறவு இருந்தால், ஈரோட்டில் கே. டி. ராசுவை எதிர்க்க மாட்டோமே!

சேலத்தில் மோகன் குமார மங்கலத்தை ஒழிக்க முயல மாட்டோமே!

காஞ்சியில் நடைபெற்ற கூட்டமொன்றில் தோழர் ஜீவானந்தம் கூறினார்!. "சாமியப்பாவுக்கு விட்டுக் கொடுக்கும்படி பெரியார் கூறினார்! அந்தக் கொலை காரப்பாவிக்கா விட்டுக் கொடுப்பது?" என்று!

ஜீவானந்தம் அகராதிப்படி கொலைகாரப்பாவிக்கு விட்டுக்கொடுக்கச் சொன்ன மனப்பான்மையோடு உறவாட முடிகிறது, கம்யூனிஸ்டுகளின் மனப்பான்மை!

ஆனால் ஒழுங்கான-உறுதியான-மூளியற்ற ஐக்கிய முன்னணிக்கு நாம் அழைத்தோம் - அதற்கு ஒப்புதல் கூற முடியவில்லை கம்யூனிஸ்டுகளால்! ஒப்புதல் கூறாதது மட்டுமல்ல; நம் உயிர்ப் பிரச்சினையையே மறுக்கவும் தொடங்கிவிட்டார்கள்.

ஜனசக்தி, கம்யூனிஸ்ட்டுகளின் பத்திரிகையல்ல என்று கூறுகிறவர்களிடம் தொடர்பு வைத்துக் கொள்ள முடிகிறது!

ஜனசக்திக்கு மதிப்பு தந்து அதன் சந்தேகங்களைப் போக்க முற்படுகிற, நேசம் விரும்புகிற நம்மை அணுகி வரவே அஞ்சிடுகிறார்கள்!

திராவிட முன்னேற்றக் கழகத்தை ஒரு ஸ்தாபனமாக ஒத்துக்கொள்ள மறுத்த, ஜனநாயகத்தைப் புரிந்து கொள்ளாதவர்களிடம் நேசம் வைத்துக்கொள்ளும் அளவுக்கு விளைவு ஏற்பட்டது கொள்கையில்!

ஜனநாயகத்தில் இயங்குகிற ஒரு மாபெரும் சக்தியோடு நட்புவைத்துக்கொள்ள நடுக்கம் ஏற்படுகிறது!

திராவிட முன்னேற்றக் கழகம் கம்யூனிஸ்டுகளை ஆதரிக்க முடியாது என்று கூறவில்லை. ஆதரிக்க இயலாத சூழ்நிலையை கம்யூனிஸ்டுகளே உற்பத்தி செய்து கொண்டார்கள்!

நம் பிரச்சினைக்கு ஒத்து வராதது மட்டுமல்ல- நம் பிரச்சினையே தவறு என்று கூறிவிட்டார்கள்!

மேடைகளிலே 'திராவிட நாடு நியாயமானது' என்று கூறியவர்கள் ஒப்பந்த ஏட்டிலே கை எழுத்திட ஏன் மறுத்தார்கள் என்பதுதான் சிந்திக்க வேண்டிய பிரச்னை !

ஏட்டிலே கை எழுத்துப் போட்டவர்களே மாறி விடுவார்கள் என்று ஆரூடம் கணிக்கும் போது, கை எழுத்துப் போடாமல் மேடையிலே மட்டும் பேசிக் கொண்டிருந்தவர்கள் மாறாமல் இருந்து விடுவார்கள் என்று எப்படி நம்புவது?

நாமென்ன கம்யூனிஸ்டுகளை ஆதரிப்பதாக ஒரு புறம் காட்டிக் கொண்டு, மறுபுறத்திலே கம்யூனிஸ்டுகளைக் காட்டி முதலாளிகளைப் பயமுறுத்தித் தேர்தல் வியாபாரம் நடத்துகிறவர்களா?

கம்யூனிஸ்டுகளுக்கு நாம் வலியுறுத்திக் கூற ஆசைப்படுகிறோம். விடுதலை (20-12-51) பொன் மொழியை அவர்களிடம் ஒரு முறை நினைவூட்டுகிறோம்.

விடுதலையின் பொன் மொழி அவர்களுக்கு ஒரு பாடமாக இருக்கட்டும்!

"உள்ளன்புடன் குலவுகிற மனைவியை அலட்சிய மாகக் கருதிக் கொண்டு நடனமாடும் விலைமாதின் கண் வெட்டிலும் தளுக்குப் பேச்சிலும் மயங்கி அவளைத் துரத்திக் கொண்டு அலைகின்ற கணவனுக்கு என்றேனும் ஒரு நாள் நல்ல புத்தி வந்துதான் தீரும்."

திராவிட முன்னேற்றக் கழகத்தைக் கம்யூனிஸ்டுகள் பலஹீனமான கட்சி என்று கருதவில்லை யென்பது நமக்கு நன்றாகத் தெரியும்.

தலைவர்- பத்திரிக்கை ஆசிரியர்-சொற்பொழிவாளர் கமிட்டி-செயலாளர், அறிக்கை விடுப்போர் ஆலோசனை சொல்பவர் பொருளாளர் எல்லாமே ஒருவராக இருந்து பல பல அவதாரங்களில் நடத்தப்படும் கட்சியல்ல தி.மு.கழகம் என்பதைக் கம்யூனிஸ்டுகள் நன்கறிவர்!

"பத்துப் பதினைந்து சிறுவர்கள்! பாவம்; நல்லவர்கள்" என்பதற்காகக் கம்யூனிஸ்டுகள் பிரியங்காட்ட வில்லை யென்பதும் - பத்துப் பதினைந்து சிறுவர்கள், பகைவரும் மலைக்கும் படியான - கிழவர்கள் வயிறு எரியும் படியான மாநாட்டை நடத்திக் காட்டினார்கள் என்ற அளவில் நமது சக்தியை அவர்கள் உணர்ந்து தானிருக்கிறார்கள்.

சென்னையைச் சுற்றி இரண்டு முன்று கூட்டங்கள் பிரமாத விளம்பரத்தில் நடைபெற்ற அந்த நாளிலே கூட இரண்டு லட்சம் பேர் கூடிய மகா நாட்டை நடத்திக் காட்டுகின்ற அளவுக்கு மக்கள் உள்ளத்தில் குடியேறி விட்டவர்கள் என்பதும் அவர்களுக்குத் தெரியாததல்ல!

கம்யூனிஸ்டுகள் நம் சக்திக்கு மதிப்பு கொடுக்கிறார்கள்.

கம்யூனிஸ்டுகள் மட்டுமல்ல; காங்கிரஸ்காரர்கள் கூட நம் சக்திக்கு மதிப்பளிக்கிற காரணத்தால்தான் ஓரளவுக்கு நம்மை இருட்டடிப்பு செய்யாமல் நம் செய்தி களைப் போட முன் வந்திருக்கிறார்கள்!

நம் செய்திகளைக் காங்கிரஸ் ஏடுகள் போடுவதால் நாம் காங்கிரசின் கங்காணிகள் என்று கூறுவது கடைந்தெடுத்த பொறாமைச் செயல்!

கம்யூனிஸ்டு ஏடுகளும்தான் மாநாட்டுச் செய்தியைப் போட்டன. அதனால் நாம் கம்யூனிஸ்ட் கங்காணிகளா?

சோஷலிஸ்ட் ஏடுகள் கூடத்தான் அதிக அளவில் போட்டன. அதனால் நாம் சோஷலிஸ்ட் கங்காணிகளா?

தினத்தந்திக் கூடத்தான் போட்டது; அதனால் நாம் பிரஜா கட்சிக் கங்காணிகளா?

பெரியாருக்கு விவாகம் நடைபெற்றபோது மாதவ மேனன் போன்ற மந்திரிகள் ஆதரித்து பேசினார்கள்!

அதனால் பெரியார் மாதவமேனனின் தொடர்பு கொண்டவர் என்று கூறிவிட முடியுமா?

ஓமந்தூராரை ஆதரித்துப் பெரியார் பேசாத மேடை கிடையாது! அதனால் பெரியார் காங்கிரஸ் கங்காணியாகிவிட முடியுமா?

ஏன்? கம்யூனிஸ்டுகளின் நிகழ்ச்சிகள், பேச்சுக் களுக்கும் கூடத்தான் காங்கிரஸ் ஏடுகள் இடம் தருகின்றன. அதனால் கம்யூனிஸ்டுகள் காங்கிரஸ் கங்காணிகளாகிவிட முடியுமா?

காளி கோயில் கட்டியுள்ள திரு ஆர். எஸ். சர்மா அவர்களை ஆதரிப்பது குற்றமல்ல என்று கூறப்படும் போது; அதற்கு ஆரியக் கங்காணி என்று பட்டம் சூட்டப் படாமலிருக்கும்

போது; குற்ற மற்றவர்களை, கொள்கை தவறாதவர்களைக் கங்காணிகள் என்று கூறிடுவது எந்த 'நீதி தேவன்' தந்த அதிசயத் தீர்ப்போ என்று புரியவில்லை !

காங்கிரஸ் வெற்றிக்கு வழி தேடுவதாக இருக்கிறது நம் போக்கு என்று கூறிடுகிற தோழர்கள் நன்றாக சிந்தித்துப் பார்க்க வேண்டும்.

திராவிட நாடு' என்ற இலட்சியத்தைப் பல ஆண்டுகளாகக் கூறி வந்திருக்கிறோம் நாம்!

தேர்தலிலே நிற்கப் போவதில்லை யென்பதையும் சேலத்திலிருந்து முழக்கி வந்திருக்கிறோம் நாம்!

நியாயப்படி - நமக்கு இருக்கிற சக்திப்படி நாமே தேர்தலில் போட்டியிட்டிருக்க வேண்டும்.

அந்த சூழ்நிலை அமையாத காரணத்தால் தேர் தலில் காங்கிரசை எதிர்ப்பவரை ஆதரிப்பது என்று முடிவு செய்தோம்.

அப்படி ஆதரிக்கப் படுகிறவர் நம் அடிப்படை பிரச்சனைக்காகச் சட்டசபையிலே வாதாடுகிறவராக இருக்கவேண்டும் என்று விரும்பினோம்.

நாமோ சட்ட சபையில் இல்லை! நம் குரலாவது சட்ட சபையில் கேட்கவேண்டும் என்று ஆசைப்படுவதிலே தவறுமில்லை! அர்த்தமில்லாமலுமில்லை !

சிறையிலேயிருந்து திரும்பி வந்த நம்பியார் சட்ட சபையிலே குன்றத்தூர் கொடுமைபற்றி கேட்டதாகத் தெரியவில்லை!

நாரணமங்கலம் அடக்குமுறைபற்றி நாவசைக்க வில்லை! அண்ணாவும் பெரியாரும் சிறைப்பட்டது பற்றிக் கேள்வி கேட்டதாகக் கேள்விப்படவில்லை.

அப்படிப் பட்டவர்களை சட்ட சபைக்கு அனுப்பும் போது ஆலோசித்து, உறுதிபெற்று, கையெழுத்து பெற்று, நேசத்தை வலுப்படுத்தி, ஐக்கியத்தைப் பலப் படுத்தி ஆதரவு தருவது என்பதிலே என்ன தவறு இருக்க முடியும் !

தி.மு. கழகம் என்ன சர்வாதிகார ஸ்தாபனமா?

அண்ணாதுரை சொல்லிவிட்டார்; அதுதான் தேவ வாக்கு என்று கூறிட !

தி.மு.கழகத்திற்கு ஒரு பொதுக் குழு இருக்கிறது அந்தப் பொதுக் குழுவிலே அரசியல் அனுபவம் பெற்ற ஆற்றல் நிறைந்த வீரர்கள் இருக்கிறார்கள்.

பத்து வயதுச் சிறுவன், பக்குவம் தெரியாப் பசலை என்ற ரீதியில் உள்ளவர்கள் அல்ல கட்சியின் கட்டுப் பாட்டை வளர்ப்பவர்கள்!

ஏதாவது ஒரு உத்தரவைப் போட்டுவிட்டு, பல மாதங்களுக்குப் பிறகு பேருக்கு ஒரு கமிட்டி போட்டு அந்த உத்தரவுக்கு முத்திரை போடும் முறப்போக் கற்ற சர்வாதிகாரமல்ல தி.மு. கழகத்தை ஆட்டிப் படைப்பது!

தி.மு. கழகம் ஜனநாயகத் தோட்டம்! அந்தத் தோட்டத்து இலட்சியப் புது மலர்கள், அதிலே பணி யாற்றும் இளைஞர்கள்! அவர்கள் வெறும் தேர்தல் விரும்பிகள் அல்ல !

தேர்தலை இடைக்காலப் பிரச்சினையாக எண்ணுபவர்கள்!

"அய்யோ! நம் அடிப்படைத் திட்டமான பண நாயகக் கொள்கையைக் கெடுத்து விட்டார்களே பாபிகள்" என்று அலறுகிறவர்களுக்கு தி.மு. கழகத்தின் தேர்தல் திட்டம் பச்சை அயோக்கியத் தனமாக இருக்கலாம்.

அந்தப் பச்சை அயோக்கியத்தனம் என்ற பட்டம் பெற்றாலும் கவலையில்லை; கட்டிக் காத்த கண்ணியமான

திட்டத்திலிருந்து மாறமாட்டோம் என்று உறுதி கூறிவிட்டது தி.மு. கழகம் !

அந்த உறுதிக்கு இணங்கி, ஒப்பந்த ஏட்டில் கையெழுத்திட்டவர்கள் சுமார், நூற்றியம்பது பேர்.

அவர்களிலே, மாவட்ட கமிட்டிகள் தகுதி, திறமை பார்த்துப் பொறுக்கி எடுக்கப் பட்டவர்கள் சுமார் எழுபது பேர்!

அந்த எழுபது பேரும் இழந்த நம் நாட்டைப் பெறும் பணியிலே நம்மோடு ஒத்துழைக்கப் போகிறவர்கள் !

அந்த எழுபது பேரை மட்டும் நம்பி திராவிட நாட்டுப் பிரச்சினையை அவர்களிடம் நாம் ஒப்புவித்து விடவில்லை. அல்லது நம்மால் முடியாத ஒன்றை அவர்களிடம் கொடுத்து வெற்றி வாங்கித் தரும்படி கூறவில்லை!

"எம் ஒத்துழைப்பு வேண்டுமானால் உம் ஒத்துழைப்பை அளியுங்கள்" என்று கூறுவது எப்படி கோழைத் தனமாகும்?

கம்யூனிஸ்டுகளைக் காட்டி, பணக்காரரை மிரட்டி, தேர்தல் வாணிபம் செய்வோர்கள் நம் செயலைப் பழிக்கலாம்.

பழிப்பவர்கள் சிந்திக்க வேண்டும், காங்கிரசை ஒழிக்க கம்யூனிஸ்டுகளின் தயவை நாடுவதும், சாமியப்பா, சர்மாக்களின் துணையைத் தேடுவதும் எந்தப் பட்டியலிலே இடம் பெறுகிற கோழைத்தனம் என் பதை!

கம்யூனிஸ்டு நண்பர்களிடத்திலே நமக்கு அளவற்ற மதிப்பு உண்டு! அவர்களின் தற்போதைய செயல்களால் மனமொடிந்த நிலையில் கடுமையான சில சொற்கள் வெளிவந்திருக்கலாம். அதை வைத்துக்கொண்டு கம்யூனிஸ்டுகளுக்கும் நமக்கும் பகை மூட்டிடக் கனவு காண்கிறார்கள் பலர்!

கம்யூனிஸ்டு நண்பர்களும் கூறியிருக்கிறார்கள், நமது பொதுச் செயலாளரும் கூறியிருக்கிறார்; தேர்தலுக்குப் பிறகாவது

உறவு நீடிக்க வழி காணுவோம் என்ற கருத்தமைந்த வார்த்தைகளை !

கம்யூனிஸ்டுகளின் தியாகத்தை நாம் பாராட்டி யதைப்போல் கம்யூனிஸ்டுகள் கூட நம் தியாகத்தைப் பாராட்டியது கிடையாது!

தியாகிகள் எந்தக் கூடாரத்திலே இருந்தாலும் அவர்களை நாம் பாராட்டியிருக்கிறோம்.

தேசீய இயக்கத்திலே தூக்கு மேடையை முத்த மிட்ட பகவத்சிங்கும், செக்கிழுத்த சிதம்பரமும், தில்லையாடி வள்ளியும், திருப்பூர் குமரனும், நம்மைவிட பெரியார் இராமசாமியால் அதிகம் பாராட்டப் பட்டிருக்கிறார்கள்.

ஆனால் அந்தத் தியாகிகள் வாழ்ந்த காங்கிரஸ் கூடாரத்தைக் கனல் கக்கிடும் வார்த்தைகளால் தாக்கிடப் பெரியார் தவறவில்லை.

தியாகிகளைப் பாராட்டினார்! தீய கொள்கைகளை எதிர்த்துப் பேசினார்! தியாகிகள் இருக்கிறார்களே என் பதற்காகத் தித்திப்பு மொழி பேசவில்லை பெரியார்! தீ மொழிகள் வீசியிருக்கிறார்!

கம்யூனிஸ்டுகள் காங்கிரசை ஒழிப்பதை எப்படி பாராட்டுகிறாரோ, அப்படித்தான் காங்கிரசார் வெள்ளை யனை விரட்டுகிறார்கள் என்பதை அண்ணா பாராட்டினார்!

காங்கிரசை ஒழிப்பதற்காக கம்யூனிஸ்டைப் பாராட்டும் பெரியார், அடிப்படைப் பிரச்சினையான திராவிட நாட்டை மறந்துவிட்டார்!

வெள்ளையனை ஒழித்த காங்கிரசாரைப் பாராட்டிய அண்ணா, திராவிட நாட்டுப் பிரச்சினையை மறந்து விடவில்லை!

இதை நமது எதிர்ப்பாளர்கள், நம் சக்தியைக்கண்டு சங்கடப் படுவோர், நம் வளர்ச்சி கண்டு வயிறு எரிவோரின்

வாய்ஜாலத்தில் மயங்கியுள்ள கமயூனிஸ்டு நண்பர்கள் உணரவேண்டும்.

பொது மக்களும் இதுபோன்ற கபட நாடகப் பேச்சில் கவனத்தைச் செலுத்தாமல் காங்கிரசை ஒழிப்பதைக் கருத்தில் கொண்டு,அதே சமயம் திராவிட நாட்டுப் பிரச்சினைக்கு ஆதரவு தருவதாக உறுதி கூறிய அபேட்சகர்களைத் தேர்தலில் ஆதரிக்கும்படியாகக் கேட்டுக் கொள்கிறோம்.

வாழ்க உண்மையான பொதுவுடமை!

வாழ்க உண்மையான நேர்மை!

வாழ்க புனிதமான பொதுஜன சேவை!

வீழ்க வீண் பித்தலாட்டம் !

சிறுவர்கள்

ஜி.பி. சோமசுந்தரம் வயது சுமார் அறுபது! கே.கே. நீலமேகம் வயது சுமார் ஐம்பது! பொள்ளாச்சி நடராசு வயது சுமார் அறுபது ! பெத்தாம் பாளையம் பழனிச்சாமி வயது ஏறக்குறைய நாற்பது! நெடுஞ்செழி யன் சுமார் வயது முப்பது! சேலம் சித்தையன் வயது சுமார் நாற்பது ! இ.வி.கே.சம்பத் வயது சுமார் இருபத்தேழு!

சி.பி.சிற்றரசு வயது சுமார் நாற்பது! என்.வி. நடராசன் வயது சுமார் நாற்பது! பார்த்தசாரதி வயது நிச்சயமாக நாற்பத்திரண்டு! அப்பாதுரையார் வயது சுமார் ஐம்பது ! மணிமொழியார் வயது அநேகமாக ஐம்பத்திநாலு! எஸ். வி. லிங்கம் கிழவரே! மூதாட்டி ராமாமிர்தத்தம்மாள் முப்பது வயது! (இரட்டையில்) அரங்கண்ணல் வயது சுமார் இருபத்திரெண்டு! ஈழத்து அடிகள் வயது சுமார் ஐம்பது! என் வயது சரியாக இருபத்தொன்பது!

மேற்கண்ட வரிசையிலே குறிப்பிடப்படும் வயதுகள் ஜாதகக் குறிப்புப்படியோ வருஷம், மாதம், தேதிப் படியோ கணிக்கப் பட்டவை அல்ல! பார்வையாலும் உத்தேசத்திலும் சிலரை இதற்கு முன்பு கேட்டிருந்த முறையிலும் ஓரளவுக்கு நினைவு வைத்துக் கொண்டு எழுதப்பட்டவையாகும்

திடீரென்று என்னப்பா வயதுக் கணக்கில் புகுந்து விட்டாய் என்று கேட்கிறீர்களா? குறிப்பிடப் பட்டவர்களில் ஒருவர் இருவரைத் தவிர எல்லோருமே கல்யாணம் ஆன தோழர்கள்; ஆனபடியால் திருமண அப்ளிகேஷன் என்று யாரும் தவறாகக் கருதவேண்டாம். அப்படிப்பட்ட விவாக விண்ணப்பம் என்றால், வயதுகளைக் குறைத்தல்லவா சொல்லியிருப்பேன்!

மேலே குறிப்பிட்டவர்கள் எல்லோருமே சிறுவர்கள் என்று கூறினால் உங்களுக்குச் சிரிப்பு வருகிறதல்லவா? ஆனால் நிச்சயமாக அவர்கள் இளைஞர்கள்தான்!

பெரியார் இராமசாமி அவர்கள் முன்பெல்லாம் அடிக்கடி சொல்லுவார்கள்; "எனக்கு வயதானால் கூட என் உள்ளம் இளைஞன் உள்ளந்தான்" என்று!

அதைப்போல இளைஞர் உள்ளங் கொண்டவர்கள் தான் தி.மு.கழகத்திலேயுள்ள, கிழவர் வாலிபர் எல்லோருமே. அதுமட்டுமல்ல; தி.மு. கழகத்தின் சட்ட திட்டமே பதினெட்டு வயதுக்கு மேற்பட்டவர்களைத் தான் உறுப்பினராகச் சேர்க்க முடியும் என்று வகுக்கப்பட்டிருக்கிறது.

ஆனால் எந்தக் காரணத்தாலோ தெரியவில்லை; பாவம் ஜி.பி. சோமசுந்தரமும் பொள்ளாச்சி நடராசு, போன்றவர் சிறுவர்கள் என்று அழைக்கப் படுகிறார் கள்.

பதினெட்டு வயதுக்கு மேற்பட்டவர்கள் சர்க்கார் சட்டப்படி 'மைனர்' நீங்கிய பெரியவர்கள்! இதுகூடத் தெரியாமல் இவர்களை சிறுவர்கள் என்று யாரும் அழைத்திருக்க மாட்டார்கள்.

சிறுவர்கள் என்றால் வயதான காலத்திலும் இளம் இதயம் படைத்தவர்கள் என்று பொருள்!

இளம் இதயம் படைத்தவர், என்றதும் நமது கிழவர் எஸ்.வி. லிங்கம்! இவர்கள் திருமணத்திற்கு திட்டம் போடுவார் போல் தெரிகிறது ! இல்லை இல்லை.... விளையாட்டுக்குத்தான் சொல்கிறேன்! லிங்கம் அண்ணா நீங்கள் இப்போது எங்கே இருந்தாலும் சரி; அப்படியெல்லாம் எந்த ஏற்பாடும் செய்து விடாதீர்கள்! நீங்கள் எங்கே ஏற்பாடு செய்யப் போகிறீர்கள்! நீங்கள்தான் சாமியாராச்சே! உங்களுக்குச் சொத்தா! சுகமா! வாரிசா! மண்ணாங்கட்டியா?

வயதான தோழர்களே? உங்களில் சில பேர் விட்டுப் போயிருக்கலாம். ஆனால், நீங்கள் எல்லாம் சிறுவர் களோ என்று எண்ணி விடவேண்டாம் ! இளம் இதயம் படைத்த பெரியவர்கள்!

இளம் இதயம் இலட்சிய இதயம்! காதல் இதய மல்ல! ஓகோ கோ! ஒன்றை மறந்து விட்டனே!

நமது தளபதி அண்ணா கூட நாற்பது வயதுக்கு மேற்பட்டவர்தான்!

"அஹிம்சா விலாசம்"

திராவிட சமதர்மக் குடியரசு நாட்டின் தென் மேற்கு மண்டலமாக அங்கம் வகிக்க இருக்கும் திருவிதாங்கூர் கொச்சிப் பகுதி காங்கிரஸ் ஆட்சிக்குச் சவக் குழி வெட்டும், தேவையான காரியத்தைத் திறமையுடன் செய்திருக்கிறது. தினந் தினம் வரும் தேனான சேதிகள் இந்தத் தித்திப்பான விஷயத்தைதான், விளக்குகிறது. 'அஹிம்சா விலாசம்'' மாளிகையை மடமடவெனத் தரை மட்டமாக்கும் திருப்பணியின் ஆரம்ப அத்தியா யம் கேரளத்தில் துவக்கப்பட்டு விட்டது.

இன்னும் சில தினங்களில் தமிழ் நாட்டு மக்கள் ஓட்டுச் சாவடிகளுக்குச் செல்ல இருக்கிறார்கள். எதேச் சாதிகார, அக்கிரம அடக்குமுறைக் காங்கிரசுக்கு தமிழ் மக்கள் என்ன தீர்ப்பை அளிக்க இருக்கிறார்கள் என்பதை நாம் மிக நன்றாக அறிவோம்.

காங்கிரஸ் மீண்டும் ஆட்சிப் பீடம் ஏறக்கூடாது என்பதற்கு ஒன்றல்ல, ஓராயிரம் காரணங்களை நமது எழுத்தில், பேச்சில் எடுத்துரைத் திருக்கிறோம்.

தமிழ் மக்கள், காங்கிரஸ் ஆட்சியை ஒழிப்பதிலே, தங்கள் சகோதரர்களாகிய கேரளத்தாருக்கு இளைத்தவரல்ல என்ற பேருண்மையை நிரூபித்தாக வேண்டிய பொறுப்பு ஏற்பட்டிருக்கிறது.

டில்லி பார்லிமெண்டுக்கு தென் சென்னைத் தொகுதிக்குக் காங்கிரஸ் சார்பிலே நிறுத்தப்பட் டிருப்பவர் தோழர் டி.டி.கிருஷ்ணமாச்சாரியார், அவர்கள். முதலாளித்துவம், பிற்போக்குத் தன்மை வைதிகம் ஆகியவைகளின் பாதுகாவலான காங்கிரஸ் டி. டி. கிருஷ்ணமாச் சாரியை தனது

அபேட்சகராய் நிறுத்தி யிருப்பதைக் கண்டு யாரும் ஆச்சரியப்பட மாட்டார்கள் என்றே கருதுகிறோம்.

நம்முடைய ஆச்சரியமெல்லாம், திராவிடத்தின் தலை நகராகிய சென்னையிலே இப்படிப்பட்ட பண மூட்டைகளையும் பரம்பரைப் பண்பை விட்டுக் கொடுக்காமல் திராவிடச் சமுதாயத்தைத் தங்கள் பாதத்தின் கீழ் மிதித்துத் துவைத்து நசுக்கிவரும் படாடோபக்காரரை மக்களின் பிரதி நிதியாக ஆக்க வேண்டுமென காங்கிரஸ் இன்னும் கனவு காண்கிறதே என்பதுதான்.

தென் சென்னைத் திராவிட வாக்காளருக்குக் காங்கிரஸ் விடுத்திருக்கும் அறைகூவல், சவாலே டி.டி. கிருஷ்ண மாச்சாரியை நிறுத்தியிருப்பது என்பதை வலியுறுத்திச் சொல்ல ஆசைப்படுகிறோம்.

சென்னையிலேயுள்ள பெரும் முதலாளிகளின் பட்டியலிலே முதல் வரிசையிலே இடம் பெறும் டி.டி. கிருஷ் ணமாச்சாரி அவர்களின் அரசியல் வாழ்வை அவ்வளவு எளிதில் மறந்துவிடும் ஏமாளிகளல்ல சென்னை வாசிகள்.

1936-ம் ஆண்டு, எந்தக் காங்கிரஸ் சார்பாக டி.டி.கே.நிற்கிறாரோ அதே காங்கிரசை வர்த்தகர் சபையின் சார்பிலே தேர்தலிலே எதிர்த்துப் போட்டி யிட்டதும் அரசியல் நிர்ணய சபைக்குக் கொல்லை வழியாகத் தேர்ந்தெடுக்கப்பட்டதும், அரசியல் திட்ட நிலை அமைப்புக் குழுவில் உறுப்பினரானதும், திராவிட மக்களின் ஜீவாதார உரிமைகளைப் பறிக்கும் அடிமைச் சாசனத்தைத் தயாரிக்கும் சத்காரியத்தில் அவர் கொண்ட பங்கும் திராவிடர்களின் உள்ளத்திலிருந்து மறைந்து விடவில்லை.

கம்யூனல் ஜி. ஓ.என்ற வகுப்புவாரி உத்தரவு திராவிட மாணவர்களுக்கும் உத்தியோகத் துறையிலும் செய்துவந்த பேருபகாரத்தை நன்றியுள்ள திராவிடன் எவனும் மறக்க மாட்டான்.

அத்தகைய வகுப்புவாரி உத்தரவை இந்திய அரசியல் சட்டத்திற்கு விரோதமானது என்று உயர் நீதிமன்றம் வழங்கிய தீர்ப்பும், அரசியல் சட்டத்திற்கு, தி.மு.க.வின் தலைமையில், தமிழகத்தில் சண்டமாருதமென எழுந்த எதிர்ப்பும் திராவிட மாணவர்கள் போர்ப் பரணியும், அதன் பயனாய் அரசியல் சட்டம் திருத்தப் பட்டதும் சமீப கால நிகழ்ச்சிகள்.

அத்தகைய கேடுடைய அரசியல் சட்டத்தின் சிருஷ்டி கர்த்தாக்களில் ஒருவர்தான் டி. டி. கிருஷ்ண மாச்சாரி, அவர்தான் "மாட்டுப் பெட்டியுடன்" மக்கள் முன் வந்திருக்கிறார், ஓட்டுப் போடுங்கள் என்று சொல்லிக் கொண்டு.

எந்த இந்தி மொழிகூடாது. என்பதற்காக ஆயிரக்கணக்கான தோழர்கள், தாய்மார்கள் பச்சிளங் குழந்தைகள் சிறைச்சாலையை மாங்குயில் கூவிடும் பூஞ்சோலை எனக் கருதினார்களோ, எந்த இந்தி கூடாது என்பதற்காகத் திராவிட வாலிபர்கள் இரத்தம் சிந்தினரோ, தடியடியையும் தியாகத் தழும்புகளையும் ஏற்றுக் கொண்டனரோ; எந்த இந்தி தாலமுத்து நடராசன் எனும் திராவிடச் செல்வங்களைப் பிணமாக்கிக் கொடுத்ததோ, எந்த இந்தி அண்ணாவையும் பெரியாரையும், பெல்லாரிச் சிறையிலும் சென்னைச் சிறையிலும் போட் டுச் சீரழித்ததோ, எந்த இந்தி தனபாக்கியம் என்ற பூர்ண கர்ப்பவதியை, மறியல் செய்த குற்றத்திற்காக, திக்குத் திசை தெரியாத கானகத்திலே போலீஸ் லாரியிலிருந்து இறக்கி விட்டதோ, அந்த இந்தி பதினைந்து ஆண்டுகளில் தமிழ் நாட்டின் தேசிய மொழியாக வேண்டும்; தமிழரே! இந்தி படியுங்கள் என்ற போதனையோடு மக்கள் முன்னால் திக்விஜயம் செய்திருக்கிறார். டி. டி. கே.

திராவிடர்கள் தங்கள் கலாச்சாரத்தின் பெருமையை மறக்காதிருக்கும் இந்நாளில், திராவிட மொழிக்காகத் தங்கள் உயிரைக் காணிக்கையாக்க ஆயிரம் ஆயிரம் கட்டிளைஞர் காத்துக் கிடக்கும் நமது நாட்களிலே டி. டி. கே. பேசுகிறார், இந்தி படியுங்கள் என்று.

திராவிடரைப் பற்றி எவ்வளவு தவறாக நினைத்திருந்தால் அவர் அப்படிக் கூற முடியும் என்பதைச் சிந்தித்துப் பார்க்க வேண்டுகிறோம்.

"மாட்டையும் ஆட்டையும் ஓட்டிக்கொண்டு கங்கைச் சம வெளியிலே இரண்டாயிரம் வருடத்திற்கு முன் புகுந்தவரின் கமண்டலத்திற்கும் ஜெபமாலைக்கும் அடிமையானான் திராவிடன்!''

அந்த அடிமை விலங்கை உடைத்தெறியும் புனிதப் போரிலே ஈடுபட்டிருக்கும் வேதனை நிறைந்த திராவிடரை, அந்த வம்சத்தின் இருபதாம் நூற்றாண்டுப் பிரதிநிதி டி. டி. கே. மாட்டை ஓட்டிக்கொண்டு வந்து உங்கள் பயிர் நிலத்தை மீண்டும் ஐந்தாண்டுக்குக் குத்தகைக்குத் தாருங்கள் என்று தைரியமாக, ஆணவமாகக் கேட்க வந்திருக்கிறார்.

சென்னைத் திராவிட மக்களை எவ்வளவு சத்தற்ற ஜன்மங்கள், சொரணை கெட்டவர்கள் என்று நினைத்திருந்தால் அவருக்கு அவ்வளவு தைரியம் வந்திருக்கும் என்பதை யோசித்துப் பார்க்கும்படி வேண்டுகிறோம்.

அவருக்கு 'நல்ல பாடம்; கற்பிக்கும் வாய்ப்பு' சென்னைத் திராவிட மக்களுக்கு ஏற்பட்டிருப்பது பெருமைக் குரியதாகும்.

அவரை எதிர்த்துப் போட்டியிடுபவர் திராவிட முன்னேற்றக் கழக ஆதரவு பெற்ற 'சண்டே அப்சர்வர்" ஆசிரியர் தோழர் பி. பாலசுப்பிரமணியம் அவர்கள்.

திராவிட முன்னேற்றக் கழக உறுதி மொழிப் பத்திரத்திலே கையொப்பம் இட்டிருப்பவர் மாத்திரமல்ல; திராவிடநாடு பிரச்னை உருவும் திருவும் பெற கருவாக இருந்த நேரத்திலே அதைக்கட்டிக் காத்து வளர்த்த தளபதி அவர்.

திராவிடநாடு பிரச்னை புதிராக இருந்த நேரத்தில் சளைக்காது உழைத்த அவரது சண்டே அப்சர்வர் பத்திரிகை

லண்டனுக்கும், பாரிசுக்கும், வாஷிங்டனுக்கும், மாஸ்கோவிற்கும், பீகாங்கிற்கும் நமது இலட்சியக் கீதத்தை அறிமுகப்படுத்தியது.

கடந்த இந்தி எதிர்ப்புப் போரிலே அவர் ஆற்றிய அளவற்ற தொண்டை நாடு அறியும்.

நவீன சாணக்கியர், குல்லுகப்பட்டர், இந்திய மாக்கியவல்லி என்றெல்லாம் சொல்லப்படுகிற ஆச்சாரியார் தொடுத்த அவதூறு வழக்கிலே நீதி மன்றத்தில் தன்னந் தனியாக நின்று வக்கீலில்லாமல் சொந்த வாதத் திறமையால் அவர் வெற்றிக் கொடி நாட்டியது இன்று சட்டப் புத்தகங்களிலே இலக்கியமாக மட்டு மல்ல திராவிட அறிவாற்றலின் கீர்த்திக்கோர் கிரீட மாக அமைந்திருக்கிறது.

அவ்வளவு வாதத்திறமை ஆங்கில அறிவு படைத்த வீரரின் குரல் டெல்லி பாராளு மன்றத்திலே ஒலிக்க வேண்டும்.

கரடு முரடுமான ஆனால் கணீரென்ற அவரது குரல் முழக்கம், டில்லி ஆதிக்க வெறியர்களின் காது களிலே நடுக்கத்தைக் கொடுக்க வேண்டும்.

"பாரீர் திராவிடத்தின் அருமையை, காணீர் திராவிடரின் இன எழுச்சியை" என்று நாம் கூறக் கேட்டு டெல்லி அலற வேண்டும்.

அந்த நல்ல வாய்ப்பை, சந்தர்ப்பத்தைத் தென் சென்னைத் திராவிட வாக்காளர்கள் பெற்றிருக்கிறார்கள்.

தென் சென்னை திராவிட வாக்காளர்களே!

தோழர் பி.பாலசுப்பிரமணியம் அவர்களுக்கு நீங்கள் போடும் ஒவ்வொரு ஓட்டும் திராவிடத்தின் சார்பில் டில்லிக்கு நீங்கள் அனுப்பும் தூதர்கள். காங்கிரசு மாளிகை சரியவேண்டும் என்பதற்கு நீங்கள் வைக்கும் வெடிகுண்டுகள்.

ஆகவே, திராவிடத் தனியரசிலே உங்களுக்கு நம்பிக்கை யிருப்பது உண்மையானால் இரண்டு லட்சத் திற்கு மேற்பட்ட நீங்கள் அண்ணாவின் தலைமையிலே மாநில மாநாட்டிலே திராவிட நாடு பெற்றே தீருவோம் என்று எடுத்துக்கொண்ட பிரதிக்ஞை உண்மையானால் --ஜனநாயகத்தில் உங்களுக்கு இருக்கும் நம்பிக்கை உண்மையானால் ஏழைகளின் தோழன், பாட் டாளியின் நண்பன், திராவிடத் தீரன் தோழர் பி. பாலசுப்பிரமணியத்திற்கு உங்கள் வாக்குகளைக் கொடுத்து வெற்றி பெறச் செய்யுங்கள் அவரின் வெற்றி உங்கள் வெற்றி திராவிடத்தின் வெற்றி.

திண்டிவனம் தீரர்காள்!

திராவிடத் தனியரசு பெறுவதற்கான நம் போராட்டத்திலே குறுக்கே வந்து கொடி நாட்டப் பார்க்கிறார் கோயங்கா!

வட நாட்டுச் சீமான், வட்டிக்கடை வைத்து வண்டமிழ் நாட்டை வறண்ட நாடாக்கிய வஞ்சகர்களின் பிரதிநிதி; தமிழரின் தாள் பிடித்துக் கிடந்த நிலை போய், தமிழரிடம் தாள் படித்துத் தமிழரைத் தாழ் வுறச் செய்யும் வர்க்கத்தின் தூதுவர், திராவிடத்திலே திராவிட மறவர் திண்டோள் தேய்ந்து விடாமல் இருக்கிற நேரத்திலே திண்டிவனம் பகுதியிலே திருக்குறள் முனுசாமியை எதிர்த்துப் போட்டி முழக்கம் செய்து வருகிறார்!

சிங்கத்தின் குகையிலே சிறு நரிகள் செங்கோல் செலுத்திடக் காணுகிறோம் அந்தக் கோழைத் தனம் மறைவதற்கான முயற்சியிலே தீரத் திராவிடர் பலர் பணிபுரிந்திடும் காலத்திலே கோயங்கா பிரவேசித்திருக்கிறார்.

தினமணி மூலம் திராவிடத்தைத் தேய்த்திடும் திராவிடத்தின் நிரந்தரப் பகைவர்களின் தளபதிகளிலே ஒருவர் திண்டிவனத்திலே வெற்றி முரசம் கொட்ட, வீர விருத்தம் பாடமுனைகிறார் என்றால் இதைவிடப் பெரியதெரு சோதனைக்காலம் வீரர்களுக்கு வரவேண்டியதில்லை?

திராவிடரை இழித்துப் பேசிய வட நாட்டார் கனக விசயர்கள் தலையிலே கல்லேற்றி இழுத்து வந்தான் பழைய நாள் தீரன்!

அந்த கனக விசயர் பரம்பரை, திராவிடத்தை நோக்கி வருகிறது, சேரன் பரம்பரையைத் தோற்கடிக்க!

சொந்தப் பத்திரிகை பலம் ! சுற்றிச் சுற்றி வேலை செய்யும் பத்திரிகை உத்தியோகஸ்தர்களின் பிரச்சாரம்! அந்தப் பிரச்சாரர்களைச் சந்தேகித்து அவர் பின்னே மறைந்து

மறைந்து வேவு பார்த்து வேலை செய்யும் மார்வாரிகள்! இப்படி நடக்கிறது தேர்தல் போர் திண்டிவனத்திலே!

திண்டிவனம் தொகுதியிலே இருப்பவர்கள், ஏமாளிகள் அல்ல! "எலிகள் புசிக்க எல்லாம் கொடுத்தே சிங்க ஏறுகள் தூங்கிடுமோ?" என்ற புரட்சிக் கீதத்தை மறந்து விட்டவர்கள் அல்ல!

கோயங்காவுக்கு போடுகின்ற ஒவ்வொரு ஓட்டும், திராவிடர் வாழ்வுக்குத் தரப்படுகிற அதிர்வேட்டு என்பதைத் திண்டிவனம் தொகுதி மறந்துவிடக் கூடாது!

ஆலை அரசர்கள் வடநாட்டிலே! அரசியல் தலைமை வடநாட்டிலே, ஆட்சிக்கோல் வடநாட்டிலே!

இவ்வளவு பிடியையும் வைத்துக்கொண் டிருக்கிற வடநாடு, செக்கிழுத்த தேசீய சிதம்பரத்திற்கு மதிப்புத் தராத வடநாடு, திருப்பூர் குமரனை நினைத்தும் பார்க் காத வடநாடு, தில்லையாடி வள்ளியம்மாளுக்கு புகழ் பாடாத வடநாடு, தென்னாட்டைச் சுரண்டிடும் வட நாடு, திராவிடத்தை மிதித்து வாழும் வடநாடு, திராவிடத்திலேயே அபேட்சகரையும் நிறுத்தி வைத்து, திராவிடத்தின் ஏமாளித்தனத்தை எடை போட்டுப் பார்க்கத் தீர்மானித்துவிட்டது!

திருக்குறள் முனிசாமி, தி.மு.கழகத்தின் ஆதரவு பெற்றவர். திராவிடத் தனியரசுப் பிரச்சினையிலே அக்கரை கொண்டவர்!

அவருடைய வெற்றி திராவிட நாட்டுப் பிரச்சினை யின் வெற்றி!

தி.மு. கழக மதுரை தீர்மானத்தின் வெற்றி!

கோயாங்கா வீழ்ந்தால் திண்டிவனம் தொகுதி திராவிடம் உள்ளளவும் 'தீரர்கள் சோலை' என்ற திருப் பெயரைப் பெறும்!

கோயாங்கா வெற்றி பெற்றால் திண்டிவனத்திலே, விபீஷணர்கள் திரிகிறார்கள் என்ற அவச் சொல்லுக்கு ஆளாகும்!

திண்டிவனம் தொகுதி வாக்காளர்களே! உங்கள் ஆதரவு, திராவிடப் பிரச்னையை ஆதரிக்கும் திருக்குறள் முனிசாமிக்கா? வடநாட்டு ஏகாதிபத்தியப் பெருச்சாளி கோயங்காவுக்கா?

திண்டிவனம் தொகுதி வாக்காளர்களே! உங்கள் ஆதரவு சேரன் செங்குட்டுவன் பரம்பரைக்கா?

களங்கமூட்டவரும் கனக விசயன் வம்சத்திற்கா?

சுயமரியாதை இரத்தம் சுழன்றோடிடும் சுத்தத் திராவிடரே! சொல்லுங்கள் பதில்!

சூழ்ச்சிக்கார வடநாட்டைச் சோர்வுறச் செய்யுங்கள்!

வாழ்க திராவிட மானம் !

சேவல் கூவுகிறது !

திராவிட முன்னேற்றக் கழகம் மதுரையில் கூடிய பொதுக் குழுவில் தீர்மானித்தபடி தி.மு.க. உறுதி மொழி ஒப்பந்த ஏட்டில் கையெழுத்திட்டவர்கள் சுமார் நூற்றைம்பதுபேர் அந்தந்த மாவட்டங்களின் குழுக்கள் கூடி அவர்களிலே ஏறக்குறைய எழுபது பேரைத் தேர் தலில் ஆதரிப்பது என்று முடிவு கூறப்பட்டது.

அந்த எழுபது பேரிலே தென்னாற்காடு மாவட்டத்திலே இருபத்தி மூன்று அபேட்சகர்கள் நம் ஆதரவு பெற்றிருக்கிறார்கள்.

தென்னாற்காடு மாவட்டத்திலே இருபத்திமூன்று ஸ்தானங்கள். அந்த இருபத்திமூன்று இடங்களிலும் நம் கழகத்தின் ஆதரவு பெற்றவர்கள் போட்டியிடுகிறார்கள்.

திராவிட நாட்டுக் குரலை எழுப்புகிற தீரர்கள்! நாட்டுப் பிரிவினையை எதிர்க்கும் நல்ல பாம்புகளைச் சந்திக்கும் கீரிகள் !

பிரிவினை கூடாது எனப் பெரு முழக்கம் செய்திடும் இருட்டுக் குகையில் ஒளிந்திருக்கும் சுயநலப் பேயர்களை நாட்டுக்கு அம்பலப்படுத்தும் அறிவு விளக்குகள்!

தென்னாற்காடு மாவட்டத்திலே உழைப்பாளிகள் கட்சி காங்கிரசின் சமாதிக்கு அஸ்திவாரம் அமைக்கிற கட்சி. பொதுநலத் தொண்டரும், உழைப்பாளிகளின் உற்ற தோழரும், உழைப்பாளி கட்சியின் தளபதியு மான தோழர் S.S. இராமசாமி அவர்களும் அவருடன் தோளோடு தோள் இணைந்து தொண்டு புரியும் தோழர் களும் கொடுமைகளைத் தொலைத்திடும் திருப்பணியிலே ஈடுபட்டிருக்கிறார்கள். தென்னாற்காடு மாவட்டத்திலே இந்தத் தீரர்கள் உலவாத இடமில்லை! தேர்தல் நேரத்திலே மட்டுமல்ல,

தென்னாற்காட்டைத் தங்கள் வீடென்று எண்ணி தென்னாற்காட்டு மக்களைத் தங்கள் குடும்பத்தினர் என்ற எண்ணத்தை ஏந்தி வாழ்ந்திடும் வைரமணிகள் தான் உழைப்பாளிக் கட்சிக்கான நண்பர்கள்.

இத்தகைய இலட்சிய வீரர்கள் நடைபோடும் தென்னாற்காட்டிலே, மூவேந்தரின் மரபினர் காவல் புரியும் அந்த முத்தமிழ்ச் சோலையிலே மாடுகள் நுழையத் துணிகின்றன. மிக மிகக் கொடுமையான செய்தி, வடநாட்டுக் கோயங்கா வள்ளுவர் பரம்பரையை எதிர்க்க வந்திருப்பதுதான்!

திராவிடத்தின் அழியாத செல்வம் திருக்குறள்; அந்தக் குறளை ஏந்தி நிற்பவர் திராவிடப் பிரிவினையை ஆதரிக்கும் திருக்குறள் முனிசாமி !

கோயங்காவின் செல்வம், திராவிடத்திலே சுரண் டப்பட்ட செல்வம் !

இந்த - இரண்டு செல்வங்களும் மோதுகின்றன!

விபீஷணர்கள் சுக்ரீவர்கள் கோயாங்கா பக்கத் திலே! காங்கிரஸ் படையிலே !

வீரர்கள், சுயமரியாதை உணர்வு பெற்றவர்கள் அத்தனை பேரும் நம் பக்கத்திலே !

காங்கிரஸ் அவசர அவசரமாகச் சவக் குழிக்குச் செல்லவேண்டும். அந்த சத் காரியத்திலே ஈடுபடச் சங்க நாதம் செய்து விட்டார்கள் தென்னாற்காட்டார்.

தென்னாற்காடே! திராவிடத்தின் தூண்டா மணி விளக்கே! தேன் கீதமே! தித்திக்கும் திராவிடக் கனியே!

உன் திறமையைக் காட்ட நேரம் வந்து விட்டது தயாராகிக் கொள்! சிங்க நெஞ்சு கொண்ட தென்னாற் காட்டுச் செயல் வீரர்காள்!

உங்கள் சிரிப்பிலே அழியட்டும் சீர்கெட்ட காங்கிரஸ்! பணம் விளையாடும்! காங்கிரசின் பட்டாளம் வேலை செய்யும்! அஞ்சேல், அயரேல்

திராவிட நாட்டுக் குரல் சட்டசபையிலே, பார்லி மெண்டிலே ஒலிக்கப் போகிறது! அதற்கு வலிமை தேடித்தா! தோளுயர்த்திவா தொண்டாற்றி! தி.மு.க.

ஆதரவு பெற்றவர்கள் எழுபது பேருக்கு மேற்பட்டவர் கள்! இருபத்தி மூன்று பேர் தென்னாற்காட்டார்!

உரத்த குரலில் உணர்ச்சி ஒலியில் திராவிடத் தீந் தமிழ்ப் பரணி பாடப்பட காங்கிரசைப் புறமுதுகிடச் செய்!

தென்னாற்காடே நீ தரும் பாடம் காங்கிரசுக்குப் புத்தி சொல்லட்டும்!

நீ பறக்க விடுகிற வெற்றிக் கொடி, நம்மைப் பதைக்க உயிர் வாங்கியவர்களை, பட்டினிபோட்டவர்களை பஞ்சம் வளர்த்த ஆட்சியை பாடையில் ஏற்றட்டும்!

'திராவிட நாடு திராவிடருக்கே!" தென்னாற் காடே! உரக்கச் சொல்! உத்வேகத்தோடு சொல்! உழைப்பாளிக் கட்சியே உயரப் பறக்க விடு உன் கொடியை!

மாட்டுப் பெட்டி மாங்கல்யம் அறுந்த பெட்டி! மனித வாழ்வை மண்ணாக்கிய பெட்டி ! கொடுமை வளர்த்த பெட்டி! கோணல் ஆட்சி நடத்திய பெட்டி!

சேவல் பெட்டி தீரர்களின் பெட்டி வேதனை இருள் நீங்குவதை அறிவிக்க - விடுதலை விடிவெள்ளி முளைக் கிறதை உணர்த்த செங்கதிர் கிளம்புவதைச் சொல்ல சேவல் கூவுகிறது! சேவலை வாழ்த்துங்கள்! வழங்குங்கள், ஓட்டுக்களை! வெல்க தென்னாற்காடு! வீழ்க காங்கிரஸ்!

மாடோட்டிகள்!

அன்றொரு நாள் திராவிடத்தைச் சுரண்ட வந்தவர்கள் மாடோட்டித்தான் வந்தார்கள் இமாலயத்தின் கணவாய்களின் வழியாக!

இப்போதும் நம்மிடம் மாட்டோட்டி வருகிறவர்கள் திராவிடத்தை வடவரின் வலையில் சிக்கிடும் மானாக ஆக்கத்தான் பாடுபடுகிறார்கள்.

வடவரின் அடிமைகள் இவர்கள்! இவர்கள் ஓட்டி வரும் மாடுகள் நம்மையும் இன்னும் பல ஆண்டுகளுக்கு வடவரின் அடிமையாக்க முயற்சிப்பவை.

வட நாட்டு நாகரிகத்தை, வட நாட்டு மொழியை, வட நாட்டுக் கலாச்சாரத்தை திராவிடத்திலே பதிப்பது மட்டுமல்ல; வட நாட்டாரின் நிரந்தர எடுபிடியாக திராவிடத்தை மாற்றிவிட வேண்டுமென்ற தீவிர முயற்சி, மாடோட்டிகளால் நடைபெறுகிறது.

காங்கிரஸ்தான் விடுதலை வாங்கித் தந்தது; சுதந் தரம் பெற்றுத் தந்தது; என்ற காரணங்களைக் காட்டி மக்களை மயக்கிவிடலாமென்ற துணிவு ஏற்பட்டிருக்கிறது அவர்களுக்கு!

சுதந்தரம் வாங்கித் தந்தமைக்காக நம் சுகவாழ்வையெல்லாம் இழக்க வேண்டுமென்று அர்த்தமல்ல!

சுதந்தரம் இவர்களின் திறமையால், தியாகத்தால் மட்டும் கிடைத்துவிட்டதல்ல.

சுதந்தரம் பெற்றோம் நாமும்தான் மகிழ்ந்தோம். அந்த ரேநத்திலும் வெள்ளையனுக்குஏற்பட்ட நெருக்கடி, உலகப்போர் முடிந்து அவனுக்கு ஏற்பட்ட சூழ்நிலை-

இந்தியாவைக் கட்டிக்காக்க முடியாத நிலைமை, இவை களும் முக்கிய காரணமா யிருந்தன விடுதலைக்கு என்பதை எடுத்துக் காட்டத் தவறிடவில்லை.

சுதந்திர பூமிதான்! ஆனால் இங்கேதானே பிண மலைகள்! பிள்ளைச் சந்தைகள்! தற்கொலைகள்! தான் தோன்றி தர்பார்கள்!

வடவரின் கையிலே இருக்கும் கொடுங்கோலுக்குப் பெயரா, சுதந்தரம்!

அடக்குமுறை தர்பாருக்குப் பெயரா சுதந்தரம்!

திராவிடம் தனியாட்சி பெற்றிருந்தால், பிணங்கள் விழுந்திருக்குமா, இங்கே!

திராவிடம் தனியரசு செலுத்தியிருந்தால் மலேயா வுக்கும், இலங்கைக்கும் ஓடுவார்களா, திராவிடர்கள்!

இலங்கையிலே இடர் பல ஏற்றுக்கிடக்கும் திரா விடரையெல்லாம் திருப்பியழைத்து தித்திப்பான வாழ்வைத் தந்திருக்காதா சுதந்திரத் திராவிடம்!

மலேயாவிலே கணபதி கயிற்றிலே தொங்க நேர்ந்தது.

சாம்பசிவம் தப்புவது பெரிதாகிவிட்டது.

இதோ சின்னாட்களுக்கு முன் லோகநாதனைத் தின்று ஏப்பமிட்டுவிட்டது மலேயாவின் மரண மேடை !

காமன் வெல்த்திலே அங்கம் வகிக்கிறது நம்மை யாளும் சர்க்கார்.

மலேயா கொடுமை பற்றி எடுத்துரைத்து ஏற்றது செய்ய மனத்துணிவு இல்லை. காமன் வெல்த்திலிருந்து வெளியேற வேண்டுமென்ற உணர்ச்சி ஏற்படவும் இல்லை. திராவிடம் தனி நாடாக இருந்திருந்தால் கணபதியை, லோகநாதனை சாக

விடுவோமா? ஏன்; மலேயா சென்று வாழவேண்டிய நிலைமைதான் அவர் களுக்கு இருந்திருக்குமா?

கேடுகள் செய்தனர். வெளிநாடுகளில் வீசப்பட்ட கேடுகளைக் கண்டிக்க மறந்தனர்! மாடுகளை மட்டும் ஓட்டிக்கொண்டு ஓட்டுக்கு வருகின்றனர்.

வடநாட்டுப் பிடியிலே இருப்பதால் தானே, கோயாங்கா தென்னாட்டு அபேட்சகராக நிற்க முடிகிறது?

வடநாட்டுப் பிடியிலே இருப்பதால்தானே, பிர்லாவின் ஏஜெண்டுகள் சிலர்- பிர்லாவின் பணத்தை வாரி இறைத்து தேர்தலிலே போட்டியிடுகிறார்கள் திராவிடத்திலே?

இத்தகைய கொடுமையான ஏகாதிபத்யத்திலிருந்து திராவிடம் விடுபெறவேண்டு மென்பதற்காகத்தான், திராவிடம் சுதந்திர பூமியாக மாறவேண்டு மென்பதற் காகத்தான், திராவிடத்திலே உண்மையான சமத்துவம் நிலைக்கவேண்டு மென்பதற்காகத்தான், 'திராவிடநாடு திராவிடருக்கே' என்று முழங்குகிறோம்.

இந்த முழக்கம் மாடோட்டிகளுக்குப் பிடிக்க வில்லை; பிடிக்காதது மட்டுமல்ல, மறுக்கிறார்கள்.

"வடவரின் அடிமைகள்" என்றால் கோபத்தால் குதிக்கிறார்கள். வடநாட்டின் மொழி, கலாச்சாரம், அந்த நாட்டிற்குத் தகுந்தவாறுள்ள பிரச்சினை, இவைகளை யெல்லாம் திராவிடத்திலே அப்படியே ஒப்புக் கொள்ள வேண்டுமென்று கூறுகிறவர்களை வடநாட்டு அடிமைகள் என்று கூறாமல் வேறென்ன கூறுவது! கோயாங்காவைக் கொண்டுவந்து திராவிடத்திலே போட்டியிடச் சொல்லுகிறவர்களை வடநாட்டு அடிமை என்று கூறுவதிலே தவறு இருப்பதாகத் தெரிய வில்லையே!

"திராவிடம் ஒரு தனி நாடு. இதை வேறு நாட்டுப் பிரச்சினைகள், அமைப்புகள், அவைகளை மட்டும் வைத்து

ஒரே கண்ணால் ஒரே கோணத்தில் பார்க்கக் கூடாது" என்றுதான் நாம் பலமுறை விளக்கங்கள் தந்து திராவிட நாட்டுப் பிரச்சினையை மக்கள் முன்னே வைத்திருக்கிறோம்.

ஆனால் சிலர், "தாம் பிடித்த முயலுக்கு மூன்றேகால்" என்ற தன்மையில் ஆகாதது, முடியாதது, குறுகிய நோக்கம் என்றெல்லாம் ஆரூடம் கணித்தார்களே தவிர, இன்னொரு நாட்டை உதாரணத்துக் கழைத்து நம் இதயகீதத்தை மறைக்க எண்ணினார்களே தவிர, தத்துவங்களுக்கு அடிமையாகி, நடைமுறைக்கு எதிரி யாகிவிட்டார்களே தவிர, நம் பிரச்னையின் உட்கருத்தை அறியாதவர்களாகவே ஆகிவிட்டார்கள்.

எதிரிகளாகவே காட்டிக் கொண்டவர்கள் நேரடி யாக எதிர்த்தார்கள் நம் பிரச்னையை! காட்டிக்கொள் ளாதவர், மறைமுகமாக எதிர்த்தார்கள். இத்தகைய எதிர்ப்புக்களுக்கெல்லாம் முடிவு காணத்தான் தேர்தலிலே திராவிடநாடு பிரச்னையை ஏற்பவர்களை ஆதரிப்பது என்று முடிவு செய்தோம்.

தி.மு.க. ஒப்பந்த ஏட்டிலே கையெழுத்திட்டவர்களின் வெற்றி-திராவிட நாட்டு பிரச்னையில் முதல் வெற்றி! மாடு ஓட்டி வருபவர் மீண்டும் சிம்மாசனம் ஏறினால் நம் பிரச்னை சிறிது நாள் தள்ளப்படுகிறது என்று பொருள் !

சட்டசபையில், மக்கள் சபையில் நம் குரல் எழும் பினால், மாடோட்டி வந்தவர்கள் மிரண்டு போவார்கள்.

அந்த மிரட்சியை ஏற்படுத்த, தேர்தலிலே மாடோட்டி வருகிறவர்களை, முதுகு காட்டிடச் செய்ய வேண்டும்.

சட்டசபை, மக்கள் சபையிலே நம் குரல் கிளம்பினால் அது நம் ஒப்பந்தப் பத்திரத்தின் வெற்றி என்றுதான் அர்த்தம்!

அந்தச் சபைகளில் கிளம்பும் முழக்கம், டில்லியை காஞ்சீபுரம் நோக்கி ஓடிவரச் செய்யவேண்டும்.

அந்த இன்பச் செய்தியைக் கேட்க, மாடோட்டிகளைத் தோற்கடியுங்கள்!

தோல்வித் தோரணம் கட்டவேண்டும், காங்கிரசார்! திராவிடம் பிரிய-திராவிடப் பிரச்சினைக்கு ஆதரவு தேட - மாடோட்டிகளை மண் கவ்வச் செய்யுங்கள் !

வெல்க திராவிடர்! வாழ்க திராவிடம்!

தேர்தல் கோவலன்!

"காங்கிரஸ் துருப்பிடித்து விட்டது. லட்டுப், பூரியைப்போல பதவியிலே ஆசைகொண்டு, அனேக தகாத பேர்வழிகள் இதற்குள் நுழைந்துவிட்டார்கள்.'

காங்கிரஸ் அதிகாரத்திற்கு வந்தபிறகு அனேக காங்கிரஸ்காரர்கள் சோம்பேறிகளாய், சுகவாசிகளாய் விட்டார்கள். இதனால் காங்கிரஸ் ஸ்தாபனம் பாதிக்கப்பட்டு பலஹீனப்பட்டு விட்டது."

மேலே காணப்படும் வாசகங்கள் காஞ்சியிலிருந்து கிளம்பி வட்டமிடுபவை யென்று சிலர் நினைக்கலாம். நிச்சயமாக இல்லை.

காஞ்சியிலிருந்தோ, கம்யூனிஸ்ட் முகாமிலிருந்தோ வீசப்பட்ட கருத்துக்கள் அல்ல அவைகள்!

காந்தீய வார்சுதான் கூறியிருக்கிறார், இந்தக் கனற் கக்கும் மொழிகளை !

கிருபளானி சொன்னார், பிரகாசம் சொன்னார், ரங்கா சொன்னார், அவர் சொன்னார், இவர் சொன்னார் என்ற நிலைமைபோய் நேருவே சொன்னார் என்பது இப்போது பழக்கப்பட்டுவிட்ட, பரிதாபத்திற்குரிய செய்திதான்.

பீஹார் மக்களிடத்திலே ஓட்டு வேட்டையாட வந்த நேரு, இந்த ஒப்பாரியை ஒருமுறை சொல்லி முடித்திருக்கிறார்.

நேரு அவர்களால் இதுபோன்ற புலம்பல் கச்சேரி பல முறை நடத்தப்பட்டிருக்கிறது. தேர்தல் நேரத்திலே இந்தப் புலம்பல் துரித காலத்திலே பாடப் படுகிறது.

"தான் ஒருவரே புனிதமானவர்! புன்மைச் செயலில் ஈடுபடும் காங்கிரஸ்காரர்களை எப்படி யெப்படிக் கண்டிக்கிறார்

பார்த்தாயா, நேரு?" என்று மக்கள் புகழ் மாலை சூட்டுவார்கள் என்று எதிர்பார்க்கிறார்.

சுமார் ஐந்து ஆண்டு காலம் நேருவின் ஆட்சி நடை பெற்றிருக்கிறது!

அப்போதெல்லாம் நேர்மையைப்பற்றிப் பேசாதவர், நீதி, நியாயம் போதிக்க வராதவர், கட்சி கட்டுப் பாடு குலைந்ததுபற்றிக் கண்ணீர் வடிக்க வராதவர் திடீரென்று கலகலவெனக் கண்ணீர்ச் சிந்தி, படபட வெனத் தலையில் அடித்துக்கொண்டு துடிதுடிக்கிறார், குதிகுதிக்கிறார் என்றால் என்ன அர்த்தம்!

தேர்தல் நேரத்திலே பேசுகிற பேச்சென்றே சில பேச்சுகள் உண்டு!

கட்டிலறையிலே ஊடல் நடைபெறும்போது உளறிக் கொட்டுகிற உறுதி வார்த்தைகள். அதற்கு ஒப்பந்த பத்திரம் கிடையாது;

"கண்ணே, மணியே! கற்பகமே! பொற்சிலையே!" என்று அழைத்து காதலைக்கொட்டி, அவள் அன்பைப் பெறுவதற்காக வேறு சில மாதர்களைப் பழித்து வாய்ச் சொல்லால் சில வாக்குகள் தந்து, விடிந்ததும் சொன்னதை மறந்துவிடுகிற சுந்தராங்கதர்கள் பலர் உண்டு!

தேர்தலிலும் அந்த ரகத்தவர் பலருண்டு!

"செய்ததை மறந்துவிடு! செப்புவதைக் கேள் மாதவியின் மஞ்சம் நாடிச் சென்றது தவறுதான் என்று மன்னிப்புக்கேட்டு, அந்த வார்த்தையிலே மயங்கி விடும் கண்ணகியிடம் சிலம்பைப் பெற்றுச் செல்லும் சிங்காரக் கோவலர்கள் பலருண்டு! சிலப்பதிகாரக் கோவலன் மன்னிப்புப்பெற்ற பிறகு தானும் அழிந்து, தன் மனைவியையும் அழிய வைத்தான், கண்ணகி சிலம்பைக் கொடுத்த காரணத்தால்!

இந்தத் தேர்தல் கோவலர்களும் ஓட்டு என்னும் சிலம்பைப்பெற்று, வாக்காளர் என்னும் கண்ணகியை காடுமேடு அழைத்துச்சென்று, அமெரிக்கா என்னும் வஞ்சிப்பத்தரிடத்திலே சிக்கிக்கொண்டு எல்லோரின் வாழ்நாளையும் கெடுத்துக்கொள்ளத் திட்டமிடுகின்றனர்.

அந்த முடிவைத்தான் காங்கிரஸ்காரர்கள் எழுதுகின்ற துன்பத் தொடர் கதையிலே நாம் எதிர்பார்க் கிறோம்.

கோவலன், சிலப்பதிகாரத்திலே உண்மையிலேயே மன்னிப்பு கேட்டான். திருந்திக்கொள்ள முயன்றான்.

இந்தக் கோவலர்களோ, சிலப்பதிகாரத்தை வஞ்சிப் பத்தர் இல்லத்தோடு முடித்துவிட விரும்புகின்றனர்.

ஆமாம், அமெரிக்காவிடம் அடிமைப் படுவதோடு முடிய இருக்கிறது. இந்த அவலக் கதையின் கடைசி அத்தியாயம்! அவர்களாகத் தேடிக்கொள்ளத் துடிக்கும் இந்தச் சோக முடிவிலே திராவிடத்தை -நம்மை இணைக்க விரும்புகிறார்கள்.

நேருவின் குரலிலே பலர் பேசுகிறார்கள்.

"செய்ததை மறந்து விடுக! இனிச் செய்வதைச் சரியாகச் செய்வோம்" என்கிறார்கள்.

மாதவியை மறந்துவிட்டு வந்த பிறகுதான் கோவலன் மன்னிப்புக் கேட்டான். மன்னிப்பு நியாய முங்கூட !

இவர்களோ, தவறுகளை நிறுத்திக் கொள்ளாமல் இன்னும் செய்துகொண்டே, அமெரிக்க ஆதிபத்தியத்தின் பக்கம் அணைப்பை நெருக்கியபடி, அரசியல் கைதிகளைத் தேர்தல் சமயத்திலும் விடுதலை செய்யாமல் சிறையில் போட்டு அடைத்தபடி, அறிவியக்கத்தின் நாடகங்கள், நூல்கள் மேலுள்ள தடைகளை நீக்காதபடி, எதிர்க் கட்சிகளின்மீது எடுத்துக்கொண்டுள்ள வழக்குகளை காலதாமதம் செய்து

கஷ்டங்களை வாரியிறைத்த படி, மழை பெய்துவிட்ட காரணத்தால் தென்னாட்டுக்கு இனிமேல் தேவையான உணவை அனுப்ப முடியாது என்று கொடுமையான அறிக்கைகள் பறக்கவிட்டபடி, தவறுகளை மறந்துவிடுங்கள் என்று கெஞ்சுகிறார்கள். கண்ணீர் விடுகிறார்கள். கண்ணீரிலே நீலிக்கண்ணீர் என்று ஒரு வகையுண்டு! அதை அறியாதவர்களல்ல மக்கள்!

தவறுகளை எடுத்துச் சொல்பவர்கள் - அவைகளை மறந்து விடுங்கள் என்று சொல்லி ஆதரவுப் பிச்சை கேட்பவர்கள், இருதயத்திலே சொருகிய ஈட்டியை எடுக்காமலேயே இனியமொழி பேசுகிற இரக்கமற்றவனிடம் நம்பிக்கை வைக்கச் சொல்லுகிற இனத்தைச் சேர்ந்தவர்கள்!

தேர்தல் நேரத்திலே தென்றலாகவும், வெற்றிக்குப் பிறகு புயலாகவும் மாறிவிடப் போகிறவர்களை, இதுவரை மாறி இருந்தவர்களை நாம் அறியாமலில்லை. மக்கள் உணராமலில்லை. அந்த உணர்வைப் புது உப தேசங்களால் ஒழித்துவிட முடியாது! திருவாங்கூர் கொச்சி தேர்தல் முடிவுகள் இதைத்தான் எதிரொலிக்கின்றன.

காங்கிரசுக்கும், அதை எதிர்த்த எல்லாக் கட்சி களுக்கும் கிடைத்த மொத்த ஓட்டுக்களை எண்ணிப் பார்க்கும் போது எதிர்க்கட்சிகள் பெருவாரியான ஓட்டுக்களைப் பெற்றிருக்கின்றன.

அது மட்டுமல்ல, காங்கிரசைவிட அதிகப்படியான ஸ்தானங்களை எதிர்க் கட்சிகள் கைப்பற்றி யிருக்கிறார்கள்.

எதிரிகள் பலராய் ஆகிவிட்ட காரணத்தால் காங் கிரஸ் சில இடங்களிலே வெற்றி முரசு கொட்டியிருக் கிறது ஆனால் நனைந்துபோன முரசின் ஒலியாகத்தான் அது இருக்கிறது.

எப்படியோ, அதேபோன்ற சூழ்நிலை தமிழகத்திலும் உருவாகிவிட்டது. காங்கிரசை எதிர்த்து ஒவ்வொரு இடத்திலும் பலர் போட்டியிடுகிறார்கள். காங்கிரஸ் குறைந்த

ஓட்டுக்களிலேயே வெற்றி பெறக்கூடிய சூழ்நிலைதான் இது! ஆனாலும் இந்தச் சூழ்நிலை எப்ப டியோ அமைந்து விட்டது! கம்யூனிஸ்ட்களுக்கும் தி. மு. கழகத்திற்கும் தேர்தல் உறவு இல்லாமல் போய்விட்ட தால், சில இடங்களில் நாம், கம்யூனிஸ்டு அபேட்சகர் களை எதிர்க்க வேண்டியவர்களானோம். கம்யூனிஸ்டுகளுக்கும் திராவிடர் கழகத்திற்கும் தேர்தல் உறவு இருந்துங்கூட திராவிடர் கழகம் கம்யூனிஸ்டுகளின் முக்கியஸ்தர்களான, மோகன் குமரமங்கலம், கே. டி ராஜூ போன்றவர்களை எதிர்க்கிற நிலைமை ஏற்பட்டிருக்கிறது.

அண்ணாவின் அறிக்கை கூறுவதுபோல, திரா விட நாட்டுப் பிரச்சினையை அடிப்படையாகக் கொண்டதால் நாம் சில இடங்களில் கம்யூனிஸ்டுகளை எதிர்க்க வேண்டியிருக்கிறது.

திராவிடர் கழகம் வெற்றிக்கு வாய்ப்புள்ள இடங்களில் கம்யூனிஸ்டுகளை எதிர்த்து நிற்கிறது.

பொதுவாக இரண்டு முகாம்களும் காங்கிரசை ஒழிப்பதைத்தான் தேர்தல் திட்டமாகக் கொண்ட போதிலும் தி.மு.கழகம், அத்துடன் திராவிடநாட்டு பிரச்சினையையும் சேர்த்திருக்கிறது.

தி.மு. கழகம் ஆதரிக்கும் சில அபேட்சகர்களை திராவிட கழகமும் ஆதரிக்கிறது. அண்ணாவின் அறிக்கை இதை விளக்கிறது. ஆனால் திராவிடர் கழகம் ஒப்பந்தம் இல்லாமல் ஆதரிக்கிறது. அதே அபேட்ச கர்களிடம் ஒப்பந்தம் பெற்று தி.மு. கழகம் ஆதரிக் கிறது.

தி.மு.கழகத்தின் ஒப்பந்தத்தால் ஏற்படுகிற புதிய நிலை - புதிய லாபம் - காங்கிரஸை ஒழிப்பது என்பது மட்டுமில்லாமல், திராவிட நாட்டு பிரச்சினையைச் சட்ட சபை மக்கள் சபைகளிலே குரல் எழுப்புவது என்றும் வளர்ந்திருக்கிறது.

திராவிடர் கழகம் இந்த ஒப்பந்தம் கேட்காவிட்டாலுங்கூட- அல்லது கேட்கத் தவறிவிட்டாலுங்கூட திராவிடர் கழகத்தின்

குறிக்கோளாகவும் உள்ள திராவிட நாட்டுப் பிரச்சினையைத்தான் நாம் தேர்தல் அடிப்படைப் பிரச்சினையாக வைத்தோம்.

சட்ட சபைகளிலே - மக்கள் சபைகளிலே-நம் ஆதரவு பெற்றவர்கள், "திராவிடநாடு திராவிடருக்கே!" என்று முழங்கும் போது, தி.மு.கழகம், திராவிடர் கழகம் இரண்டுமே இதயம் பூரிக்கத்தான் போகின்றன.

அந்தப் பூரிப்பு ஏற்படாமல் செய்யத்தான் நேருவின் பாணியிலே தமிழ் நாட்டில் பலர் பேசுகிறார்கள்.

திராவிடம் பிரிவதற்கான அடிப்படை சூழ்நிலைகள் அமையக்கூடாது என்பதிலே அக்கரை செலுத்தும் பலர் "செய்ததை மறந்திடுக! செய்யப் போவதைப் பார்த்திடுக" என்று கூறுகிறார்கள். ஆசை காட்டுகிறார்கள்.

சூழ் நிலைகள் காரணமாக, காங்கிரசை எதிர்ப் போரின் ஓட்டுக்கள் பிரிந்து விடுமா, என்கின்ற சந்தே கத்திற்கு இடமில்லாமல் செய்ய, திராவிட மக்கள் மாட்டுப் பெட்டியில் ஒரு ஓட்டுக்கூடப் போடாமல் இருந்துவிடவேண்டும்.

அதிலே நூறு ஓட்டுவிழுந்தால்தானே எண்பதும், அறுபதும் பெற்ற இரண்டு அபேட்சகர்களை காங்கிரசு வெல்ல முடியும்.

ஆகையால் திராவிட மக்கள் நேருவும், அவர் தம் குரலுடையவரும் வடிக்கிற நீலிக்கண்ணீரிலே ஏமாந்து விடாமல், திராவிடநாட்டுப் பிரச்சினையை மறந்து விடாமல், திராவிடம் பிரிந்தால் தீமைகள் விலகும்! விலகும் என்பதை நெஞ்சிலே கொண்டு காங்கிரசை ஒழிக்க முனைய வேண்டுகிறோம்.

சிலப்பதிகார கோவலன் கேட்ட மன்னிப்பிலே தெளிவு இருந்தது. வாஞ்சை இருந்தது!

தேர்தல் கோவலன் கேட்கும் மன்னிப்பிலே தெளிவு இல்லை!
வஞ்சகமும் மறைந்திருக்கிறது!

சிந்தித்துணர்க! சீற்றமுறாதீர் !

திருப்பத்தூரிலே திராவிட முன்னேற்றக் கழக ஆதரவு பெற்றவரும் ஒப்பந்த ஏட்டில் கையெழுத் திட்டவருமான தோழர். ராகவன் அவர்கள் வெற்றி பெற்றுவிட்டார் என்ற செய்தியும், மதுரையிலே கம்யூ னிஸ்ட் தோழர் ராமமூர்த்தி அவர்கள் வெற்றி பெற்று விட்டார் என்ற செய்தியும், உதயகிரி தொகுதியில் நிதி மந்திரி கோபாலர் தோல்வியுற்றார் என்ற செய்தியும், அமலாபுரம் தொகுதியில் காளா வெங்கட்டராவ் தோல்வியுற்றார் என்ற செய்தியும், திராவிடத்தில் தேன் பாய்ச்சும் செய்திகளாக மதிக்கப்படுகின்றன.

கோபாலர், மந்திரியார் நிதிக்கு! காளாவும் மந்திரியார்தான் சுகாதாரத்திற்கு. இருவருமே காங்கிரஸ் மாளிகையின் தூண்கள் என்று பாராட்டப் பெற்றவர்கள். அந்தத் தூண்கள் தூள் தூளாகிவிட்டன.

முன்பொருநாள் சட்டசபையிலே "இப்படி வரிப் பளுவை அதிகமாக்குகிறீர்களே; தேர்தலில் மஞ்சள் பெட்டிக்கு ஓட்டு கிடைக்குமா?" என்று கேட்டபோது அதற்கு கோபாலர் "மஞ்சள் பெட்டிக்கு ஓட்டு கிடைக்காது என்றால் பெட்டியை மாற்றிக் கொண்டால் போகிறது" என்று பதில் கூறினார்.

மஞ்சள் பெட்டியை மாட்டுப் பெட்டியாக மாற்றிக் கொண்டிருந்துங்கூட தோல்வியின் மடியிலே கோபாலர்--காளா இருவரும் விழ நேரிட்டுவிட்டது!

திருப்பத்தூரிலே நமது ஆதரவைப் பெற்ற நண்பர் ராகவன் அவர்கள் காங்கிரசை ஆறாயிரம் ஓட்டுகள் அதிகம் பெற்று தோல்வியுறச் செய்திருக்கிறார். அவருக்கு நம் பாராட்டுதல்!

மதுரையிலே கம்யூனிஸ்ட் நண்பர் ராமமூர்த்தி அவர்கள் காங்கிரசை முறிய அடித்து வெற்றி முரசு கொட்டியிருக்கிறார். சிறைச்சாலையில், இருந்தபடியே - செங்கோல் பிடித்திருக்கும்

கட்சியின் செல்வாக்கை செல்லாக்காசாக ஆக்கிவிட்டார்! அவர் நமது பாராட்டுக்கும் மகிழ்ச்சிக்கும் உரியவர்!

ராமமூர்த்தியின் வெற்றியை நாம் பாராட்டுவது போலவே சில இடங்களில் கம்யூனிஸ்ட் நண்பர்களின் வெற்றியையும் எதிர்பார்க்கிறோம். வரவேற்கிறோம். வாழ்த்துகிறோம். திராவிட முன்னேற்றக் கழகத்தின் ஒப்பந்த ஏட்டிலே கையெழுத்திடாத அபேட்சகர்கள் போட்டியிடுகிற இடத்திலும், கையெழுத்திட்டவர்கள் பொறுக்கப்படாத இடத்திலும் நம்முடைய கழகத் தவரின் ஓட்டுக்கள் கம்யூனிஸ்டு நண்பர்களுக்கு அளிக்கப்படாமல் வேறு யாருக்கு அளிக்கப்படும்!

இதை அண்ணாவின் அறிக்கையும் சுட்டிக் காட்டியிருக்கிறது. அத்தகைய இடங்களிலே திராவிட முன்னேற்றக் கழகம் அதிகார பூர்வமாக கம்யூனிஸ்டுகளை ஆதரிக்காவிட்டாலும் ஓட்டு அளிக்கும் விஷயத்தில் தி. மு. கழகத்தார் எப்படி நடந்துகொள்வார்கள் என்பதையும், எப்படி நடந்துகொண்டார்கள் என்பதையும், தோழர்கள் ராமமூர்த்தி, அனந்த நம்பியார், மணலி கந்தசாமி, முத்தையா, மோகன் போன்றவர் களின் மனச்சாட்சி, நிச்சயமாக மறைத்துக்கூற முடியாது! நேர்மையிலும் நீதியிலும் நாட்டமுள்ளவர்கள் விஷம எண்ணம் படைக்காத விவேகிகள் - அந்த உண்மையை உணர முடியும்.

சென்னையிலே ஜீவானந்தத்தை எதிர்க்க நேரிட்ட தென்றால் அது தி. மு. கழகத்தின் அடிப்படை இலட்சியமான திராவிட நாட்டைப்பற்றிச் சட்டசபையிலே எடுத்துக் கூறுவேன் என்று தோழர் ஆல்பர்ட் ஜேசுதாசன் அவர்கள் உறுதி தந்து நமது ஒப்பந்தத்தில் கையெழுதிட்டிருக்கிற காரணத்தால்தான்! கம்யூனிஸ்ட் நண்பர்கள் கூறுவதுபோல ஆல்பர்ட் ஜேசுதாசன் அவர்கள் அறிமுகமில்லாத புது மனிதரல்ல! திராவிட இயக்கப் போராட்டங்களிலே இருந்தவர்தான். இந்தி எதிர்ப்புப் போரிலே ஈடுபட்டவர்தான்.

இந்திப் போரை மௌனமாக கம்யூனிஸ்டுகள் கவனித்திருந்த நேரத்திலே ஆல்பர்ட் அவர்கள் அறப் போர்க்களத்திலே இருந்தவர் என்பதை யாரும் மறுக்க முடியாது.

"ஜீவானந்தத்தையே எதிர்க்கிறார்களே!" என்று கலக மூட்டுகிறார்கள், கண்யமிழப்பதையே கடமையாகக் கொண்ட சிலர்! அந்தச் சிலர், மோகன் குமார மங்கலத்தையே, கே. டி. ராஜுவையே எதிர்க்கிறார்கள் என்பதை ஏன் தான் மறந்தார்களோ தெரியவில்லை.

மோகன் குமாரமங்கலம் ஜீவாவைவிட தாழ்ந்தவர் என்ற எண்ணமா? அல்லது சேலம் தோழர் பாலுவை விட குறைந்த ஓட்டுகள்தான் மோஹன் வாங்குவார்- பாலுதான் ஜெயிக்க முடியும் என்ற உறுதியான ஆருட இலட்சணமா?

ஜீவாவின் வரிசையிலே உள்ளவர்தான் மோகன் குமாரமங்கலம்.

அத்தகைய மோகனை எதிர்த்து, தோழர் பாலுவை ஆதரிக்கும் அந்தத் தோழர்கள் நாம் ஜீவாவை எதிர்ப்பதைப் பெரிதுபடுத்தி விஷம வேலைகளில் இறங்குகிறார்கள்.

இதை உணர்ந்தோ உணராமலோ - அல்லது தேர்தல் நேரத்தில் காட்டிக்கொள்ளக் கூடாது என்று உணராதவர்போல காட்டிக்கொண்டோ கம்யூனிஸ்டு நண்பர்களும் நம்மீது ஏளன வார்த்தைகளை வீசு கிறார்கள்.

" மாலைமணி பக்தர்கள்"

"அருள் சுரக்க வந்திருக்கிறார் அண்ணா"

"பிராணனை விடுகிறார்கள் "

"அனுதை ரட்சகனாக அபயம் அளிக்க வந்துவிட்டார் அண்ணா'"

"பிளாங்க் செக்"

என்பவை போன்ற கேலி மொழிகளை நம் கழகத்தின்மீது வீசுகிறார்கள் ஜனசக்தி மூலமாக!

தோழர் ஜீவானந்தத்தை எதிர்க்கும் நிலைமை யேற்பட்ட வடசென்னை போன்ற சில தொகுதிகளில் வேண்டுமானால் நமது தோழர்கள் இந்த கேலிகளை அலட்சியம் செய்துவிட்டுப் பணியாற்றிக்கொண்டிருக்கலாம்.

ஆனால் நம்பியார், கல்யாணசுந்தரம், முத்தையா, மணலி போன்றவர்கள் நிற்கும் இடங்களிலே அவர்களுடைய வெற்றியை விரும்பி தங்கள் ஓட்டுக்களை அளிக்க இருக்கிற கழகத் தோழர்களின் உள்ளம் எவ்வளவு வேதனை அடையும் என்பதை கம்யூனிஸ்ட் நண்பர்களும் ஜனசக்தி பத்திரிகையும் சிந்திக்கவேண்டும். எவ்வளவுதான் வெந்த புண்ணிலே வேல் சொருகினாலுங்கூட கழகத்தவரின் ஓட்டுக்கள் காங்கிரசுக்குப் போகாது என்பதையும் கம்யூனிஸ்டு நண்பர்கள் உணர வேண்டும்; உணருவார்கள்.

ஏகாதிபத்திய தாசர் என்று கம்யூனிஸ்டுகளால் வர்ணிக்கப்படுகிற சர்மா அவர்களைப் பெரியார் ஆதரிக்கவும் - பெரியாருடன் கலந்து பணியாற்றவும் துணிந் திருக்கிற கம்யூனிஸ்டு நண்பர்கள், நம்மீது வீண்பழிகளை சுமத்துவது ஏனோ புரியவில்லை.

ஆல்பர்ட் ஜேசுதாசன் திராவிட நாட்டுப் பிரச்சினையைச் சட்டசபையில் முழக்குவேன் என்றார். ஜீவா அது இயலாது என்றார். நாம் ஆல்பர்டை ஆதரிக்கிறோம். இம்மாதிரியான சூழ்நிலை இல்லாத இடத்தில் கம்யூனிஸ்டுகளை எதிர்க்காதது மட்டுமல்ல, கழக பூர்வமாய் ஆதரிக்காவிட்டாலுங்கூட நம் முடைய ஓட்டுக்களை கம்யூனிஸ்டுகளுக்கே வழங்குவோம் என்ற உணர்ச்சி தான் பரவியிருக்கிறது. கம்யூனிஸ்டுகளை ஆதரிக் கிறோம் என்று சொல்லிவிட்டு மோகனை, கே. டி. ராஜுவை, இன்னும் பல கம்யூனிஸ்டு நண்பர்களை எதிர்த்திடும் விபரீதப்போக்கு கொண்டவர்கள் அல்ல நாம்.

இதைக் கம்யூனிஸ்டுகள் உணரவேண்டும் என்பதோடு--கலக மூட்டுபவரும் --அந்தக் கலகத்தால் குழப்ப நிலையில் உள்ள பொதுமக்களும் நன்கு சிந்தித்து உணர வேண்டுமாய், உண்மை தெரிய வேண்டுமாய்க் கேட்டுக் கொள்கிறோம். அத்துடன் தோல்வியுற்ற காங்கிரசு மந்திரிகளுக்கு நமது அனுதாபத்தையும் வெற்றி வீரர் களுக்கு மகிழ்ச்சியையும் வழங்குகிறோம்.

பூம்! பூம்! பூம்!

அய்யாவுக்கு நல்லகாலம் பிறக்குமா?

பூம், பூம், பூம்!

பசி போகுமா ?....

பூம், பூம்,பூம்!

பட்டினி தொலையுமா?

பூம்,பூம், பூம்!

பிள்ளை வியாபாரம் நிற்குமா?

பூம், பூம்,பூம்!

தற்கொலைகள் தணியுமா?

பூம், பூம்,பூம்!

தேனும், பாலும் ஓடுமா?

பூம், பூம், பூம் !

அப்படின்னா அய்யா, ஓட்டுப் போடுவாரா?

பூம்,பூம்,பூம்!

எல்லாவற்றுக்கும் அந்தப் பெருமாள் மாடுகள் தலையாட்டுகின்றன. பெருமாள் மாடுகள் எவ்வளவு அழகாக அலங்கரிக்கப் பட்டிருக்கின்றன தெரியுமா?

நெற்றியிலே வைரமணிகளால் ஆன அசோகக் சக்கரம். பார்வைக்குத் தான் வைரமே தவிர, அவை யெல்லாம்

பாட்டாளி மக்களின் உடைந்துபோன பற்கள். (தடியடி தர்பாரில் உதிர்ந்தவை)

கொம்புகளிலே மஞ்சள் தடவப்பட்டிருக்கிறது. அது மஞ்சள் நிறமாகக் காட்சியளிக்கிறதே தவிர அது இந்தநாட்டு உழைப்பாளிகளின் உதிரம்! அது உலர்ந்து போய் மஞ்சளாகக் காட்சி தருகிறது.

மாட்டின் கழுத்திலே வெள்ளித் தாயத்துக்கள் மின்னுகின்றன; தாயத்துகளா அவைகள்! இல்லை; இல்லை! பசியால், வேதனையால், சுருண்டு செத்துப் போன சுதந்திர நாட்டுப் பிரஜைகளின் எலும்புகளைக் கோர்த்துப் போட்டிருக்கிறார்கள்.

மாட்டின் முதுகிலே வட நாட்டு பிர்லாக்கள் அணிவித்த பீதாம்பரங்கள் ஜரிகைத் துப்பட்டாக்கள் - இத்தனை ஆடம்பரத்தோடு காங்கிரஸ் பெருமாள் மாடுகள்.

பூம், பூம், வாத்தியத்தைக் கேட்டுத் தலையாட்டுகின்றன.

அப்படின்னா, அய்யா ஓட்டுப் போடுவாரா? பூம்,பூம்,பூம்!

மாடுகள் தலையாட்டுகின்றன; போடுவார் என்று! ஒரு சிறுவன், பெருமாள் மாட்டுக்காரனிடம் ஓடிவந்தான்.

பிண்ணாக்கு வேணுமா?

புளியங் கொட்டை வேணுமா?

பருத்திக் கொட்டை வேணுமா?

பூம், பூம், பூம், பூம் ! என்று கத்த ஆரம்பித்தான். பெருமாள் மாட்டுக்காரனுக்குக் கோபம் வந்துவிட் டது. ஆத்திரத்தில் எதுவும் சொல்ல முடியாமல் பூம்,பூம்,பூம் என்று வாத்தியத்தை முழங்கினான். நிறுத்தியதும், மாடுகள் தலையாட்ட ஆரம்பித்தன.

அந்தத் தலையாட்டால், பிண்ணாக்கு வேணும், பருத்திக் கொட்டை வேண்டும் என்று சொல்வது போலிருந்தது!

பிண்ணுக்குச் சாப்பிடச் சொன்ன மாடே !

பருத்திக்கொட்டைச் சாப்பிடச் சொன்ன மாடே!

இந்தா, பிண்ணுக்கு ! என்று எடுத்துக்கொண்டு சிறுவன் ஓடிவந்தான். உடனே பெருமாள் மாட்டுக்காரன், "சின்ன எஜமான் ஓட்டு கொண்டாந்து போடுங்க! இந்த மாடு ஓட்டைத்தான் சாப்பிடும்" என்று கெஞ்சினான்.

சின்ன எஜமானுடைய அப்பா சிரித்துக்கொண்டேயிருந்தார்.

"பாருங்கசாமி, பாருங்க எதாவது ஒரு பழசுபட்டு ஒரு ஓட்டு போடுங்க" என்று பல்லைக் காட்டினான்.

அவர் மௌனமாயிருந்தார்.

அய்யா போடுவாரா?

பூம்,பூம்,பூம்!

மாடுகள் தலையாட்டின.

வீட்டுக்காரர் உள்ளே போனார்.

பெருமாள் மாட்டுக்காரனுக்குச் சந்தோஷம் தாங்கவில்லை.

"அய்யா உள்ளே போயிருக்கிறார், ஓட்டுக்கொண்டு வந்து போடுவாரா?"பூம்,பூம், பூம்.

'அய்யா போடுவாரா? பூம்,பூம்,பூம்!"

உள்ளே சென்ற அய்யா, போட்டுவிட்டார் ! எதை?

கதவுக்குத் தாழ்ப்பாளை !

பெருமாள் மாட்டுக்காரன், திகைத்தபடி, ஈனஸ்வரத்தில்.

அய்யா போடமாட்டாரடா? பூம்பூம், பூம்!" என்றான்.

மாடுகள் தலையாட்டிக்கொண்டே இருந்தன.

பூம்! பூம்!! பூம்!!!

★★★

9 788199 034389